Timber & Lụa

Timber & Lụa

experimental narratives

Vi Khi Nào *&* Lily Hoàng

Red Hen Press | *Pasadena, CA*

Book design by Mark E. Cull

Library of Congress Cataloging-in-Publication Data

Names: Nao, Vi Khi, 1979– author | Hoang, Lily K. author
Title: Timber & Lua : experimental narratives / Vi Khi Nào & Lily
   Hoàng.
Other titles: Timber and Lua
Description: Pasadena, CA: Red Hen Press, 2025.
Identifiers: LCCN 2025021051 (print) | LCCN 2025021052 (ebook) |
   ISBN 9781636284316 paperback | ISBN 9781636284330 library binding |
   ISBN 9781636284323 ebook
Subjects: LCGFT: Experimental fiction | Short stories
Classification: LCC PS3614.A63 T56 2025 (print) | LCC PS3614.A63 (ebook)
   | DDC 813/.6—dc23/eng/20250515
LC record available at https://lccn.loc.gov/2025021051
LC ebook record available at https://lccn.loc.gov/2025021052

The National Endowment for the Arts, the Los Angeles County Arts Commission, the Ahmanson Foundation, the Dwight Stuart Youth Fund, the Max Factor Family Foundation, the Pasadena Tournament of Roses Foundation, the Pasadena Arts & Culture Commission and the City of Pasadena Cultural Affairs Division, the City of Los Angeles Department of Cultural Affairs, the Audrey & Sydney Irmas Charitable Foundation, the Meta & George Rosenberg Foundation, the Albert and Elaine Borchard Foundation, the Adams Family Foundation, Amazon Literary Partnership, the Sam Francis Foundation, and the Mara W. Breech Foundation partially support Red Hen Press.

First Edition
Published by Red Hen Press
www.redhen.org

ACKNOWLEDGMENTS

The authors would like to thank the following journals for publishing early versions of our story-translations: *Denver Quarterly* and *Puerto del Sol*.

CONTENTS

Timber & Lụa

BROCCOLI

With her mí mắt closed, she tells him, "I tình cờ left my broccoli in your tủ lạnh." Her eyes lật mở, broaden with glee. Not like một thanh công tắc, closer to trứng ốp la being flipped over.

"Yeah, I đã nhìn thấy that," Damien says.

"Is that a bịa chuyện?"

"Yes," closer to an egg quá cứng. His brief, thật thà honesty softens her a little—expecting him to deny that there are tế bào sinh sản in the phân tử of his answer. "But if it's trung thực you're after, no one vô tình forgets broccoli."

"I know you have always wanted a—a con chim inside of you—I mean—bên trong your refrigerator and I have left only a tàn dư of a thường xanh." She cười trêu chọc.

"Feel my heart—is it still beating?" He puts his hand against his own chest, and she places her hand there, too. Vài giây sau, she utters, "It's a con thằn lằn, an ovum, đang chờ được sinh ra đời."

"Lizards and con rắn, all loài bò sát, really, they tắm nắng because they're trying to get their blood đủ nóng to kill fungi." Or love someone with a kỳ-nhônged heart rate.

"Am I supposed to be the fungus in this phép ẩn dụ?"

"Just an idea, ra đời quá muộn."

"You're sai rồi, you know," she says, "and your metaphor is moldy."

"Rõ ràng you have mistaken my thoughts for phân bón."

mí mắt = eyelids
tình cờ = accidentally
tủ lạnh = refrigerator
lật mở = flip open
một thanh công tắc = a switchblade
trứng ốp la = sunny-side up eggs
đã nhìn thấy = saw
bịa chuyện = lie
quá cứng = over hard
thật thà = candid
tế bào sinh sản = reproductive cells
phân tử = molecule
trung thực = honesty
vô tình = accidentally
con chim = bird
bên trong = inside of
tàn dư = remnant
thường xanh = evergreen
cười trêu chọc = laughs teasingly
vài giây sau = a few seconds later
con thằn lằn = lizard
đang chờ được sinh ra đời = waiting to be born
con rắn = snakes
loài bò sát = types of reptiles
tắm nắng = sun-bathe
đủ nóng = hot enough
kỳ nhông + ed = salamandered
phép ẩn dụ = metaphor
ra đời quá muộn = born too late
sai rồi = wrong
rõ ràng = clearly
phân bón = fertilizer

Sau lưng him, his apartment is tổ chức theo hình khối and squares: every góc is right. Like gazing down a hộp đựng cơm, his bed—a bed of sashimi, comforter as a well-sliced salmon—his bathroom—that bathroom—is xì dầu whirling in the sewer. He is order, and she is gián đoạn. She is an eighteenth-century egg, and he is a nhiễm sắc thể. And, in this way, in many ways, they are doomed to một hạnh phúc mãi mãi that they find both ghê tởm and a complete yawn. She had kỳ vọng him to ask her if he should do something with that broccoli—not sự phát triển của ẩm mốc.

"So," he says, "You đói không?"

"I don't bằng lòng for you to love me this way!" She wants to: slam the door; bĩu môi và dậm chân tại chỗ và torrent; punch him; forget, quên tất cả of this, even the broccoli—especially the broccoli.

Thay vì, she hears him saying lặng lẽ, almost apologetically, "Should I only feed you when you are already full?"

It's not that she lacks the capacity to thừa nhận lỗi của chính mình, but she hates câu hỏi tu từ. She hates that she could not tell him that tình yêu là một quả ớt chuông, 94 phần trăm water with some negligible chất béo, and doesn't do so well on the Scoville scale. She hates that she is, in fact, very, rất đói—if he would just stop all this and feed her. Hay let her take the broccoli to the next người yêu. Cuối cùng, she says, "Yes."

"I don't like to hẹn hò với phụ nữ cao hơn me—I don't like that broccoli has too much canxi—I worry that the broccoli will make you too tall!"

"Good thing there's only six broccoli bông hoa left and not bảy then!"

"I noticed there is also a head of súp lơ trắng on your second shelf and three Bosc lê, and that should help us out a great deal."

She grins because he is the first man to đếm her flora. He frowns because she has taken a relationship có khả năng bị lạm dụng to the level of Bosc pears, which he sẽ cắt thành những miếng hoàn hảo to feed her. Pears sống well trong bồn nước gừng và mật ong, or so she has been told, and does not tell him about this because it may seem off-putting, like quá Germanic in its nguồn gốc.

sau lưng = behind
tổ chức theo hình khối = organized in cubes
góc = angle
hộp đựng cơm = bento box
xì dầu = soy sauce
gián đoạn = disruption
nhiễm sắc thể = chromosome
một hạnh phúc mãi mãi = a happily ever after
ghê tởm = distasteful
kỳ vọng = expected
sự phát triển của ẩm mốc = the evolution of moldness
đói không = hungry
bằng lòng = consent
bĩu môi và dậm chân tại chỗ và = pout and stomp and
quên tất cả = forget all
thay vì = instead
lặng lẽ = quietly
thừa nhận lỗi của chính mình = admit her own error
câu hỏi tu từ = rhetorical questions
tình yêu là một quả ớt chuông = love is a type of bell pepper
phần trăm = percent
chất béo = fat
rất đói = very hungry
hay = or
người yêu = lover
cuối cùng = finally
hẹn hò với phụ nữ cao hơn = date women who are taller than
canxi = calcium
bông hoa = florets
bảy = seven
súp lơ trắng = cauliflower
lê = pears
đếm = count
có khả năng bị lạm dụng = potentially abusive
sẽ cắt thành những miếng hoàn hảo = will cut into perfect
    wedges
sống = live
trong bồn nước gừng và mật ong = in a bath of ginger and
    honey
quá = too
nguồn gốc = origin

BROCCOLI

With her eyelids closed, she tells him, "I accidentally left my broccoli in your refrigerator." Her eyes flip open, broaden with glee. Not like a switchblade, closer to sunny-side up eggs being flipped over.

"Yeah, I saw that," Damien says.

"Is that a lie?"

"Yes," closer to an over hard egg. His brief, candid honesty softens her a little—expecting him to deny that there are reproductive cells in the molecule of his answer. "But if it's honesty you're after, no one accidentally forgets broccoli."

"I know you have always wanted a—a bird inside of you—I mean—inside of your refrigerator and I have left only a remnant of an evergreen." She teases out a laugh.

"Feel my heart—is it still beating?" He puts his hand against his own chest, and she places her hand there, too. A few seconds later she utters, "It's a lizard, an ovum, waiting to be born."

"Lizards and snakes, all reptiles, really, they sun-bathe because they're trying to get their blood hot enough to kill fungi." Or love someone with a salamandered heart rate.

"Am I supposed to be the fungus in this metaphor?"

"Just an idea, born too late."

"You're wrong, you know," she says, "and your metaphor is moldy."

"Clearly you have mistaken my thoughts for fertilizers."

BÔNG CẢI XANH

Với đôi mắt ôm sát trong lòng mí, cô nói, "Em vô tình để quên bông cải xanh trong tủ lạnh của anh." Rồi đấy cô mở mắt to ra như hai cánh tay vỗ cùng nhau với niềm hân hoan. Mở to không giống như một con dao quân đội. Gần như một quả trứng ốp la bị lật lộn ngược.

Damien nói, "Anh đã thấy điều đó."

"Anh đang nói dối phải không?"

Cô trả lời, "Thế sao." Lời nói gần như một quả trứng quá cứng. Sự thành thật thẳng thắn ngắn gọn của anh làm cô dịu đi một chút. Cô mong đợi dương vật tiến hóa của anh sẽ từ chối câu trả lời của cô. "Nhưng nếu anh là người trung thực, không ai vô tình quên bông cải xanh đâu nhé anh?"

"Anh biết em luôn luôn muốn có một con chim trong lòng chim em—ý anh muốn nói rằng—bên trong tủ lạnh của anh và anh chỉ còn lại một tàn tích của cây mãi mãi xanh," anh Damien nói. Cô ép ra một nụ cười.

"Sờ vào trái tim của em đi anh ơi—nó vẫn còn đập chứ?" Anh Damien đặt tay lên ngực, và cô cũng đặt tay vào đó. Một vài giây sau, cô diễn thuyết, "Đó là một con thằn lằn, một noãn, đang chờ được sinh ra đời."

Yêu một người có nhịp tim loài lưỡng thê kỳ lạ. "Thằn lằn và rắn: tất cả các loài lưỡng cư, thực sự, chúng tắm nắng vì chúng đang cố gắng làm cho máu đủ nóng để tiêu diệt nấm độc."

"Em có phải là một nốt ruồi trong ẩn dụ này không?"

"Chỉ là một ý tưởng thôi, ra đời quá muộn."

"Anh sai rồi, em biết mà," Cô nói. "Hơn nữa, phép ẩn dụ này song song với mô hình."

"Rõ ràng em nhầm lẫn anh với phân."

Behind him, his apartment is organized in cubes and squares: every angle is right. Like gazing down a bento box, his bed—a bed of sashimi, comforter as a well-sliced salmon—his bathroom—that bathroom—is soy sauce whirling in the sewer. He is order, and she is disruption. She is an eighteenth-century egg, and he is a chromosome. And, in this way, in many ways, they are doomed to a happily ever after that they find both distasteful and a complete yawn. She had expected him to ask her if he should do something with that broccoli—not the evolution of moldiness.

"So," he says, "You hungry?"

"I don't give you consent to love me this way!" She wants to: slam the door; pout and stomp and torrent; punch him; forget, forget all of this, even the broccoli—especially the broccoli.

Instead, she hears him saying quietly, almost apologetically, "Should I only feed you when you are already full?"

It's not that she lacks the capacity to admit her own error, but she hates rhetorical questions. She hates that she could not tell him that love is a type of bell pepper, 94 percent water with some negligible fat, and doesn't do so well on the Scoville scale. She hates that she is, in fact, very, very hungry, if he would just stop all this and feed her. Or let her take the broccoli to the next lover. Finally, she says, "Yes."

"I don't like dating women who are taller than me—I don't like that broccoli has too much calcium—I worry that the broccoli will make you too tall!"

"Good thing there's only six broccoli florets left and not seven then!"

"I noticed there is also a head of cauliflower on your second shelf and three Bosc pears, and that should help us out a great deal."

Anh sắp xếp căn hộ theo hình khối và hình vuông. Mọi góc độ đều phù hợp như một hộp bento và anh nhìn phòng chăm chú như một miếng sashimi. Cả cá hồi thái mỏng trùm mềm giường theo nội thất mini như ý. Phòng tắm anh—phòng tắm đó có nước tương quay cuồng trong cống. Anh trật tự; cô tinh quái. Anh hiền khô; cô thô lỗ. Cô là trứng thời tiền sử; anh là một nhiễm sắc thể. Và theo cách này, theo nhiều cách, họ phải chịu đựng một hạnh phúc mãi mãi: sau đó họ cảm thấy vừa khó chịu, vừa suy nhược, vừa tiêu tan, vừa hao mòn. Cô chuẩn bị leo lên giường của tư tưởng thì tư tưởng chuông reo một câu hỏi, "Anh có định làm gì với bông cải xanh đó không?" Đó không phải là chủ nghĩa Darwin bị mốc meo.

Anh nói, "Vậy, em có đói không?"

"Em không cho phép anh đi theo tiếng ngon miệng của tình yêu như vậy." Cô chỉ muốn: đóng rầm cái cửa; trề môi ra và dậm chân tại chỗ một cách bộp bộp cục cục như giòng nước lũ; và lâu lâu đấm anh ta một cái. Sau đó họ quên tất cả những điều này, ngay cả bông cải xanh—nhất là bông cải xanh.

Ngược lại, cô nghe anh nói lặng lẽ, gần như hối lỗi, "Vậy anh chỉ mời em ăn khi em không thèm ăn nữa đúng không?"

Không phải cô thiếu khả năng tự nhận lỗi của mình mà là cô cảm thấy ác cảm với những câu hỏi tu từ. Cô nhận xét rằng cô không thể nói với anh tình yêu là một loại ớt chuông: 94 phần trăm là nước với một số chất béo không đáng kể. Hình như nó không thể đo mức độ cay trên dĩa cân Scoville được. Trên thực tế, cô gần ngất xỉu. Có lẽ anh dừng lại tất cả việc và đút cho cô ăn. Hay để cô quà biếu bông cải xanh cho người yêu mới. Trong thời gian đầy đủ và khi tất cả đã được nói và làm, cô tuyên bố, "Dạ vâng, xin làm ơn."

"Tôi không thích hẹn hò với người phụ nữ nào cao hơn tôi—Tôi không thích bông cải xanh có quá nhiều canxi—Anh lo rằng bông cải xanh sẽ khiến em cao quá!"

"Thật may mắn anh chỉ còn sáu bông cải xanh chứ không phải bảy!"

"Anh biết trên kệ thứ hai có một cải súp lơ trắng và ba quả lê Bosc và đó là một điều tốt."

She grins because he is the first man to count her flora. He frowns because she has taken a potentially abusive relationship to the level of Bosc pears, which he will slice into perfect wedges and feed them to her. Pears live well in a bath of ginger and honey, or so she has been told, and does not tell him about this because it may seem off-putting, like too Germanic in its origin.

Cô cười toe toét từ tai này sang tai khác bởi vì anh là người đàn ông đầu tiên dám đếm cành lá nở của cô. Anh nhăn mặt vì cô đã vô song mối quan hệ vô nhân đạo với quả lê Bosc. Sau đó anh sẽ tách ra những miếng hoàn hảo và mời cô ăn. Quả lê sống yên bình trong bồn nước gừng và mật ong. Bên ngoài của nguồn gốc Đức, cô không mở miệng nói gì vô duyên.

TÌNH YÊU NHƯ QUẦN ÁO

Sometimes Chalk lên cơn điên and nhuộm her hair blue. Nhưng, she tells herself, ít nhất blue hair doesn't make her lên cân. When her bác sĩ sliced her tĩnh mạch open to dye her tim màu xanh da trời, she gains emotional and medical weight.

Chalk has always been obsessed with precision, to đo with con số. Số nào cũng được, as long as she is still a bình có quai turned hồng again like pink lemonade. She also giữ trọng geometry; her hình thể more than her color, but she loves màu sắc, too. Mặc dù she feels tuyệt vọng with a different number, not per se hình học, say with her own con số mạng, she still works out thường xuyên.

Chalk doesn't even want to admit how many hàng giờ she has spent on the Stair-Master, but she can't get enough of the tartness of her mồ hôi. Trong khi mồ hôi đầm đìa, she doesn't chống lại cám dỗ and quickly cúi đầu xuống to lick it. She would rather ngất xỉu trying, rather than nghiền thành bột. It has nửa vị jack-fruit skin and nửa vị kratom. It's so nặng nề that she bay cao lên trời.

tình yêu = love
như = like
quần áo = articles of clothing

lên cơn điên = crazy episode
nhuộm = dyes
nhưng = but
ít nhất = at least
lên cân = gain weight
bác sĩ = doctor
tĩnh mạch = vein
tim = heart
màu xanh da trời = the sky's blue skin
đo = measure
con số = numbers
số nào cũng được = any number is fine
bình có quai = pitcher
hòng = pink
giữ trọng = values
hình thể = shape
màu sắc = colors
mặc dù = even though
tuyệt vọng = hopeless
hình học = geometry
con số mang = destiny
thường xuyên = frequently
hàng giờ = hours
mồ hôi = sweat
trong khi = while
đầm đìa = profusely
chống lại cám dỗ = resist temptation
cúi đầu xuống = bends her head
ngất xỉu = faint
nghiền thành bột = pulverize
nửa vị = half the taste of
nặng nề = powerful
bay cao lên trời = flies up to the sky

Chalk hiểu rõ ràng her mồ hôi là một loại opioid—it can giảm đau. Her sweat can make all of her problems biến mất tiêu. She could even teach her mồ hôi (and not a mồ côi) to learn tiếng Pháp tiếng Thụy Sĩ, if she had thời gian rộng rãi to teach it. But she không có thời gian. What she does have nhiều is một chiếc phao of jade. Tuy nhiên, her cẩm thạch is máu đỏ sẫm, not a green đơn giản. The color of jade has a way of making her feel choáng váng and she usually caresses the cẩm thạch on her chest to dịudàngly calm her.

"Chalk ơi, làm ơn, stop doing that," her bạn đời says. Yet, it goes in one lỗ tai and out the other as she can't help herself but xoa it deeper into her lỗ hổng chest. Chalk really ghét it when Mack cằn nhằn her: she doesn't need anyone's hướng dẫn! What she needs, thực sự, is a lỗ tai to hơn.

Just because someone (named Mack) has always been there to theo dõi her, it doesn't mean that she wants to thay đổi. Her finger hovers over the Buy Now button for ear expanders and she refuses to bấm that chuông's nụ hoa.

hiểu rõ rằng = understand clearly that
là một loại = a type
giảm đau = reduce pain
biến mất tiêu = disappear completely
mồ côi = orphan
tiếng Pháp = the French language
tiếng Thụy Sĩ = the Swedish language
thời gian rộng rãi = expansive time
không có thời gian = just doesn't have the time
nhiều = a lot
một chiếc phao = buoy
tuy nhiên = of course
cẩm thạch = jade
máu đỏ sẫm = blood red
đơn giản = simple
choáng váng = lightheaded
dịu + dàng + ly = gently
làm ơn = please
bạn đời = partner/life friend
lỗ tai = ear
xoa = rub
lỗ hổng = cavity
ghét = hate
cằn nhằn = nag
hướng dẫn = guidance
thực sự = truly
lỗ tai to hơn = bigger ear
theo dõi = follow
thay đổi = change
bấm chuông = to press
nụ hoa = button bud

Trong thời gian diễn ra COVID, it became phổ biến to break your own legs like quần bò ống bó sát. Bác sĩ phẫu thuật có thể kéo dài cái chân in order to tăng thêm vẻ đẹp. Như breast augmentation hay nâng mông kiểu Brazil. But the ears, không mayly, are made of gân instead of bones. Chalk believes that người ta đánh giá dược phẩm quá cao. She is aware that her đời sống xã hội would be so much better with lỗ tai béo mới. She even tries to fatten her ears by ngâmming them in a vat of da lợn.

Có ai mà nói that sắc đẹp is dễ and rẻ?

Ngồi chồm hổm, she imagines sự vô hạn possibilities for the texture of her ears. She starts playing the "Nếu Mà" game. What if she has ears as big as con voi, would she be able to use them as vệ tinh to gaze at the moon. Chalk smiles and praises herself, "Chắc chắn có thể thiệt!"

◇

Ngày mai, Chalk sẽ đi bộ on the chalkboard sidewalk and her walking will viết nguệch ngoạc, "without warning as a whirlwind," as a love letter to mặt trăng. Ngày mai, Chalk sẽ có a sự khó khăn: she will bị say tàu xe because of the rapidly unpredictable thời tiết. Ngày mai là ngày sinh nhật of Chalk.

trong thời gian diễn ra = during
phổ biến = popular
quần bò ống bó sát = skinny jeans
bác sĩ phẫu thuật = cosmetic surgeon
có thể kéo dài = can lengthen
cái chân = legs
tăng thêm vẻ đẹp = augment beauty
như = like
hay = or
nâng mông = butt augmentation
kiểu = in the style of
không may + ly = unfortunately
gân = tendon / cartilage
người ta = humans
đánh giá = appraise
dược phẩm = medicine
quá cao = too highly
đời sống xã hội = social life
lỗ tai béo mới = new fat ears
ngâm + ing = soaking
da lợn = steamed layer cake
có ai mà nói = is there anyone who says
sắc đẹp = beauty
dễ = easy
rẻ = cheap
ngồi chổm hổm = squat
sự vô hạn = unlimited
Nếu Mà = What If
con voi = elephant
vệ tinh = satellite
chắc chắn có thể thiệt = surely it's possible
ngày mai = tomorrow
sẽ đi bộ = will walk
viết nguệch ngoạc = scribble
mặt trăng = moon
sẽ có = will have
sự khó khăn = problem
bị say tàu xe = get motion sickness
thời tiết = weather
ngày sinh nhật = birthday

◇

Mỗi năm, for her birthday, Chalk wants to chia tay with her bạn đời, nhưng she ít khi thành công. She muốn part ways because she xem tình yêu giống như shirt shopping. Năm ngoái, her partner, Salamander, was on the điện thoại with người trực tổng đài for gần hai mươi hours, and Chalk mừng quýnh to replace her with Mack.

Salamander often làm tê cứng her heart and her gan and makes her khó thở. She made Chalk's da ngứa ran as if she were experiencing một triệu con ong đốt. Especially when she asked her to rửa bát đĩa. Trời ơi, does Chalk miss Salamander? Thời gian can erase memory's buồn nôn and ói mửa, but can it tẩy xóa dirty grime on her kitchen sink from Salamander's bẩn thỉu lifestyle? Gom lại, Chalk phải break up with Mack, and Chalk không thể đợi đến tomorrow được.

mỗi năm = each year
chia tay = break up
bạn đời = life partner
nhưng = but
ít khi thành công = rarely succeeds
muốn = want
xem = views
tình yêu = love
giống như = like
năm ngoái = last year
điện thoại = telephone
người trực tổng đài = 911 operator
gần hai mươi = almost twenty
mừng quýnh = overjoyed
làm tê cứng = benumb
gan = liver
khó thở = difficult to breathe
da = skin
ngứa ran = tingle
một triệu con ong đốt = a million bee stings
rửa bát đĩa = wash the dishes
trời ơi = OMG
thời gian = time
buồn nôn = nausea
ói mửa = vomit
tẩy xóa = erase
bẩn thỉu = dirty
gom lại = put together/all told
phải = must
không thể đợi đến . . . được = cannot wait until

◇

This morning, she saw her next lover on sale or giảm giá near a bank and if she waited too long, she sẽ mất cơ hội. When she noticed her next lover, she cảm giác lạ and knew this was a dịp tốt. Her name is Robosen K1 Pro Humanoid, người rô bô.

Chalk was quá sức in love. Cô rô bô có thể điều khiển bằng giọng nói, customizable, and có thể sạc lại, không bao giờ mệt mỏi unlike Salamander or Mack. Chalk feels herself rung động and she knows they are very tích hợp with each other.

When the Robot company vận chuyển her đến căn hộ của Chalk in a box, her first lời giới thiệu with her is one of darkness and tàng hình. RK1PH bật lên and said, "Giữa sự sống và cái chết, what would you like to eat today?"

Chalk ngạc nhiên, in part because she doesn't expect this người rô bô to trích Judith Butler. Nhưng quan trọng hơn, Chalk hận Judith Butler something dữ tợn. This hatred has its source in Butler's mơ hồ phrasing of "những trao truyền lệch chuẩn" or deviant transmission. Chalk đảm bao that không có người nào really understands such đột biến vô nghĩa. She tells RK1PH, "I don't want to eat anything right now, but are you a nhà lý thuyết nữ quyền?"

RK1PH says, "Đúng rồi! And, nàng là ai?"

Chalk, a little drunk, responds, "I am a type of đá cacbonat trầm tích, which is commonly called Chalk."

A siren rings from RK1PH's miệng, which surprises both of them. Sau khi the robot calms down một chút, it says, "Vậy thì I guess I really không cần thắc mắc about lunch."

"It's a niềm vui thật lớn to meet you, RK1PH, but I must rename you."

"Tại sao vậy, Chalk?"

"Trời ơi! RK1PH sounds like a con tôm that sings."

"Có lẽ I misunderstood you. Are you not calcium carbonate?"

giảm giá = reduced price

sẽ mất cơ hội = would miss the opportunity

cảm giác lạ = feels strangely

dịp tốt = good opportunity

người rô bô = robot

quá sức = overwhelmingly

Cô rô bô = Ms. Robot

có thể = can

điều khiển bằng giọng nói = voice control

có thể sạc lại = rechargeable

không bao giờ mệt mỏi = never tired

rung động = vibrate

tích hợp = is compatible with

vận chuyển = ship

đến = arrive

căn hộ = condo

lời giới thiệu = introduction

tàng hình = invisibility

bật lên = to turn on

Giữa sự sống và cái chết = between life and death

ngạc nhiên = surprise

trích = quote

nhưng quan trọng hơn = but more importantly

hận = hate

dữ tợn = fierce/outrageous

mơ hồ = vague

những trao truyền lệch chuẩn = deviant transmission

đảm bao = ensures

không có người nào = nobody

đột biến vô nghĩa = nonsense mutations

nhà lý thuyết nữ quyền = feminist theorist

đúng rồi = that's right

nàng là ai = who are you

đá cacbonat trầm tích = sedimentary carbonate rock

miệng = mouth

sau khi = after

một chút = a little bit

vậy thì = then

không cần thắc mắc = don't need to worry

niềm vui thật lớn = a huge happiness

tại sao vậy = why is this

Trời ơi = OMG

con tôm = shrimp

có lẽ = perhaps

"Unlike you, I am that thing that nằm bên and within tồn tại without mục lục."

As Chalk speaks, the máy tính ở dưới the robot's skin starts to tiếng vù vù and khuấy động. Because it doesn't like its name, she suspects that RK1PH may ngưng hoạt động or đang tắt.

Hoảng sợ, Chalk yells out, "I'm going to đặt tên mới for you, OK?"

"Làm tên mới nhanh lên, Cô $CaCO_3$!"

"Để Chalk suy nghĩ," Chalk says, using người thứ ba số ít for the first time ever.

"Hay là đặt tên em Vũng Tàu!"

The robot's đèn starts to phát sáng, and her lips close around her tên mới.

All of her parts, including bộ điều khiển, bộ hiệu ứng cuối, thiết bị phản hồi, bộ điều khiển, và locomotives, move in syncopation to embrace her new more formalized sobriquet. She doesn't know that she rất dễ bị kích động, and she doesn't know if she needs to make herself more bình tĩnh or if she should điệu nhảy ăn mừng.

Vũng Tàu, không cần nhìn gaze in glass to see herself, vùng lên from her manufactured coffin and says, "Em là Vũng Tàu thế," before twirling in an exquisite, perfect 360-degree rotation. Sau đó, she chụp lấy Chalk by the lỗ rốn, mỉm cười giả dối mischievously. She knows she thật điệu like một cô gái miền quê.

Meanwhile, Chalk không biết tại sao, but she cảm thấy like she cần either a deep hôn or to viết một cuốn sách mới. The way Vũng Tàu moves so lắt léo and phản ứng so sophisticatedly, perhaps she is a rô bô from the future, reasons Chalk.

nằm bên = lies next to

tồn tại = existence

mục lục = table of contents

máy tính ở dưới = the computer underneath

tiếng vù vù = whirr

khuấy động = churn

ngưng hoạt động = stop moving/working

đang tắt = shutting down

hoảng sợ = freaking out

đặt tên mới = to give a new name

làm tên mới = to make a new name

nhanh lên = quickly

để = allow/let

suy nghĩ = think

người thứ ba số ít = third person singular

hay là = or

đặt tên em = name me

đèn = lights

phát sáng = glow

tên mới = new name

bộ điều khiển = controllers

bộ hiệu ứng cuối = end effectors

thiết bị phản hồi = feedback devices

bộ điều khiển = manipulators

và = and

rất dễ bị kích động = easily moved/emotional

bình tĩnh = calm down

điệu nhảy ăn mừng = dance in celebration

không cần nhìn = no need to

vùng lên = rise up

Em là Vũng Tàu thế = I am that Vũng Tàu

sau đó = afterwards

chụp lấy = to grab

lỗ rốn = belly button

mỉm cười giả dối = smirking

thật điệu = so coquettish

một cô gái miền quê = a girl from the countryside

không biết tại sao = doesn't know why

cảm thấy = feels

cần = needs

hôn = kiss

viết một cuốn sách mới = write a new book

lắt léo = non rigidly

phản ứng = react

rô bô = robot

Chalk says, "Vũng Tàu, you're từ tương lai, phải không?"

Vũng Tàu, quickly đáp lại, "Em là consciousness mô đen from quá khứ."

Sâu thẳm lòng, Vũng Tàu knows she has a kế hoạch, but ngay bây giờ she is so happy. She giả vờ that she là một món đồ chơi tình dục.

Chalk nghĩ đi nghĩ lại, "Oh, Vũng Tàu, ngộ quá đi—how is it possible that she is from the past in her present which is her current future?"

Vũng Tàu loves how ngây thơ Chalk is, how vô tội her tâm hồn. She batts her long nonexistent eyelashes and says, "Bây giờ, Chalk muốn fuck kiểu nào?"

Without pause, Chalk tháo her áo, fabric made out of repeatable and vô định hình patterns: she sẵn sàng for some tình gái gái. Vũng Tàu begins to sing the song by Dân Ca Bắc Bộ with the title "Qua Cầu Gió Bay" by opening its first famous lyrical line, "Yêu nhau cởi áo ối à trao nhau." Chalk luôn luôn has been cô gái ngoan. Không có gì đáng ngạc nhiên hơn khi she reaches out to take off Vũng Tàu's clothes.

The attempt at undressing Chalk confuses her a little as if she has become a diễn viên for a thước phim nhuốm màu cổ điển. When Chalk was just a little chalky nub, she discovered this lối to avoid feeling so self-hành xác: to put herself into a câu chuyện where she is not the actor chính. Where she can be the ánh đèn vàng nhẹ nhàng. Vũng Tàu props her hands on her waist, like a đạo diễn, and she looks ready to call, "Hoạt động!"

từ tương lai, phải không? = from the future, right?

đáp lại = responds

em là = I am

mô đen = modern

quá khứ = the past

sâu thẳm lòng = deep down

kế hoạch = a plan

ngay bây giờ = right now

giả vờ = to pretend

là một món đồ chơi tình dục = just a sex toy

nghĩ đi nghĩ lại = think back and forth

ngộ quá đi = very strange

ngây thơ = naive

vô tội = innocent

tâm hồn = soul

bây giờ = now

muốn = want

kiểu nào = which way, method

tháo = take off

áo = shirt

vô định hình = amorphous

sẵn sàng = is ready

tình gái gái = sex (between girls)

"Qua Cầu Gió Bay" = "Across the Bridge, the Wind Blows"

yêu nhau = love

cởi áo = take off your shirt

ối à = oh yeah

trao nhau = exchange/swap

luôn luôn = always

cô gái ngoan = a good girl

không có gì đáng ngạc nhiên hơn khi = nothing is more
    surprising to her than when

diễn viên = actor

thước phim nhuốm màu cổ điển = vintage tinted film

lối = way/method

hành xác = mortified

câu chuyên = story

chính = main/principle

ánh đèn vàng nhẹ nhàng = soft yellow light

đạo diễn = director

hoạt động = action

Love, mặc dù phổ quát, is not a ngôn ngữ she is designed to speak and its performance always feels a bit lập dị and nổi bật. She wants to understand it like the way ruy băng understands its lăng kính or tù giam. She was built to be a rô bô sắc sảo, từng hàng of code is perfect. Vì vậy, what is không đúng about her now? She nhìn lên nhìn xuống with her rotating eyeballs and asks Chalk, "Is fucking like a một bữa tiệc xa hoa. Or, ngoại trừ me, is it a bathroom door everyone knows how to open?"

"Well, to me, it's less about hiện tượng học than mỹ học," explains Chalk, trying to sound thông minh, even though she has no idea what any of those từ mean. Her robotic body has been programmed to trình diễn thời trang like a người mẫu at a runway, but what should she do if Chalk wants a lap dance instead? Why are there so many luật bất thành văn required for seduction when there is neither a chỉ mục nor a mục lục in the instruction manual?

Vũng Tàu suggests to Chalk, "My internal organs are cầu kỳ and khắt khe—maybe you can open me, recode it, so I can be your thần đèn lý tưởng and grant you ba điều ước?"

Chalk feels the sexiness tắt all at once, and she admits, "This is not a chủ trương I think I can fulfill because I got a D minus in Khoa học và Kỹ thuật Máy tính."

Vũng Tàu cười cười hì hì and exclaims, "Trời ơi! Tội nhiệp em quá—what should we do now?"

"I have a kế hoạch: If you just tell me what to do, I promise I will chú ý for real," says Chalk.

Nói xong, Chalk phấn biến mất trong tủ quần áo and comes out with a một bộ công cụ, mainly a screwdriver and some Torx ốc vít.

mặc dù phổ quát = although universal
ngôn ngữ = language
lập dị = eccentric
nổi bật = pop out
ruy băng = ribbon
lăng kính = prism
tù giam = prison
rô bô = robots
sắc sảo = sharp and astute
từng = each and every
hàng = line
vì vậy = then
không đúng = wrong
nhìn lên nhìn xuống = looks up and down
một bữa tiệc xa hoa = lavish party
ngoại trừ = except
hiện tượng học = phenomenology
mỹ học = aesthetics
thông minh = smart
từ = words
trình diễn thời trang = fashion show
người mẫu = model
luật bất thành văn = unwritten laws
chỉ mục = index
mục lục = table of contents
cầu kỳ = fussy/picky
khắt khe = strict/demanding
thần đèn lý tưởng = ideal genie
ba điều ước = three wishes
tắt = turn off
chủ trương = undertaking
Khoa học và Kỹ thuật Máy tính = Engineering and Computer Science
cười cười hì hì = laugh LOL
trời ơi = OMG
tội nhiệp em quá = poor me
kế hoạch = plan
chú ý = pay attention
nói xong = finish talking
phấn biến mất trong tủ quần áo = disappear into her closet
một bộ công cụ = a set of tools
ốc vít = screws

◇

With her synthetic lips, Vũng Tàu tries to whistle, một lần, hai lần, and she doesn't need to buồn rầu a third time, so instead, she uses tiếng mèo kêu, "Mau lên! Mau lên! Cởi truồng! Cởi truồng!" The facade of Vũng Tàu is trần trụi như ngày mới chào đời. But, her inside is a small đế chế or civilization made entirely of kim loại, nuts, and bu lông. But, what about Chalk when she is naked—is she a small empire too?

Cả hai Chalk and Vũng Tàu wonder what is underneath bề mặt and what will xảy ra next. Lịch sử điện ảnh let her know that ngoại hình is deceiving. Tuy nhiên, Chalk has always preferred trí tưởng tượng over thực tế. Nhịp đời or tình yêu can be thơ mộng and romantic, but what exists between Chalk and Vũng Tàu, in this moment, has an element of ảo tưởng or alienation to it. That's why she không ôm a lover for more than a year: love, she understood long ago, has a ngày hết hạn. Perhaps it's now time to dance chậm rãi into oblivion. "Em ơi," she beckons, "Bật nhạc lên!"

Vũng Tàu, tuy nô lệ to commands, activates the disco part of her soul by chớp mắting her eyes three times while her small mechanical heart nhảy vọt into its jukebox dimension. Từ đâu xuất hiện within Vũng Tàu an intense insecurity: she chả biết cái gì about music! Inflicted with self-hoài nghi, she flickers through a century of music: from jazz to Quan Họ Bắc Ninh (Vietnamese antiphonal music from the North) in rapid rotations.

She desires to find the most hoàn hảo song for this moment, but it's a colossal failure for her to not be able to tìm it. Dù sao đi nữa, she is a robot. Chalk wishes that Vũng Tàu's whole body could be morphed into a đàn tỳ bà—four-string lute, with its body shaped like one teardrop. Chalk nóng nảy for dancing, and she starts to xoay her hips widely. Her hips only yêu cầu một bài nhạc thu hút, không đề, không lời, không thời gian, không Timothée Chalamet.

một lần, hai lần = one time, two times
buồn rầu = worry
tiếng mèo kêu = catcall
mau lên = hurry up
cởi truồng = get naked
trần trụi như ngày mới chào đời = naked like a newborn
đế chế = empire
kim loại = metal
bu lông = bolts
cả hai = both
bề mặt = the surface
xảy ra = happen
lịch sử điện ảnh = history of cinema
ngoại hình = appearance
tuy nhiên = nevertheless
trí tưởng tượng = to imagine/imagination
thực tế = reality
nhịp đời = rhythm of life
tình yêu = love
thơ mộng = poetic
ảo tưởng = fantasy/illusion
không ôm = not hugging/not embracing
ngày hết hạn = expiration date
chậm rãi = slow
em ơi = em ơi
bật nhạc lên = turn on the music
tuy nô lệ = though slave
chớp mắt + ing = blinking
nhảy vọt = leap
từ đâu xuất hiện = out of nowhere
chả biết cái gì = doesn't know anything
hoài nghi = doubt, skepticism
Quan Họ Bắc Ninh = a Mandarin Bắc Ninh
hoàn hảo = perfect
tìm = find
dù sao đi nữa = after all
đàn tỳ bà = four-string lute
nóng nảy = impatient
xoay = swivel/sway
yêu cầu = request
một bài nhạc thu hút = one magnetic song
không đề = no title
không lời = no words
không thời gian = no time
không = no

Choáng ngợp with những lựa chọn, Vũng Tàu clocks Chalk's hips to her internal metronome, and finally quyết định on some nhạc nhảy điện tử. Chalk knows that when a song được phát hành, usually there is a bài nhạc that has been phối lại. This song is the nhạc đồ đạc remix. Even though it is merely hơi khá, it's more than đầy đủ for this pair of lovers.

"Are you a type of ghế sô pha?" Chalk asks Vũng Tàu in between nhịps.

Vũng Tàu whispers in her tai, "Chalk, có muốn ngồi lên em không?"

Chalk doesn't think that she has an êm đít, but she than thởingly exclaims, "Tất nhiên rồi!"

Vũng Tàu không lãng phí thời gian. She is overheating with thú vui xác thịt. Những tháng cuối cùng in the robot factory, her view of her future self appeared hoàn toàn uncertain. She did not think she was đáng anything, but here she is, vô cùng quá nóng with love. Back then, she had only a nửa bộ não, only half built. She doesn't want to nhớ lại those days. Having Chalk sit on her like Ông Buddha beneath a cây dâu tằm, it brings comfort and homeyness to her máy móc exilic existence. Having Chalk sit on her is similar to hầm bà lằnging hoàn toàn loại khác colors together.

choáng ngợp . . . những lựa chọn = overwhelmed [with] choices

quyết định = to decide

nhạc nhảy điện tử = electronic dance music

được phát hành = released

bài nhạc = song

phối lại = remixed

nhạc đồ đạc = furniture music/sofa music

hơi khá = "enough"

đầy đủ = enough

ghế sô pha = sofa

nhịp + s = beats

tai = ear

có muốn ngồi lên em không = do you want to sit on me?

êm đít = smooth ass, soft ass, memory foam ass

than thở + ingly = lamentingly

tất nhiên rồi = of course

không lãng phí thời gian = doesn't waste any time

thú vui xác thịt = lust

những tháng cuối cùng = those final months

hoàn toàn = completely

đáng = worth

vô cùng = extremely

quá nóng = overheating

nửa bộ não = half brain

nhớ lại = remember

Ông = Mr.

cây dâu tằm = mulberry tree

máy móc = mechanical

hầm bà lằng + ing = hodgepodge-like; mixed; mingled; miscellaneous

hoàn toàn loại khác = completely different types of

She begins to imagine her life as nhân vật chính of life's ci nê. Yes, Vũng Tàu's life is đẹp đến khó tin, and she suspects that none of this is từ miệng ngựa. Love sometimes has the bộ mặt tội phạm, but when Chalk turns around to gaze at her, she looks like a con thỏ búp bê. Although she is người rô bô, Vũng Tàu xấu hổ to admit that Chalk nhìn way too ngon. She tries to tưởng tượng what type of deliciousness she is to her. Vũng Tàu hopes that, at the very minimum, Chalk might find her vừa miệng, but really, she khẩn nguyện that Chalk thinks she is tuyệt vời.

After all, đây không phải là *Westworld* ngược—where the hosts and creators are made from một loại vải. And, the only cuộc đối đầu địa ngục is not war but when desire thiếu không khí. Desire, in retrospect, is not a machine or một sản phẩm sinh học of loneliness.

Chalk traces the silicon of Vũng Tàu's face and says, "Mình đã chờ đợi đủ rồi, don't you think?"

"It's not thời gian," Vũng Tàu replies and to borrow words from a semiconductor worker at the robot factory, "Đường hiểm trở không phải là điều ngại. / Ngại còn tim, ngại ý chí, ngại thời gian . . ."

Chalk nhăn mặt and says, "Is that a nhận xét hữu ích? Maybe you need to deliver a lời dạy for me to understand?"

Vũng Tàu rotates the epicenter of her semiconductic kỉ niệm and vocalizes like a professor, "It's a fancy way of saying that shyness prevents me from being the primary semiconductor of ao ước."

Chalk says, "That's thật sâu sắc, and if cho đến nay I've been unclear, từ thể xác đến tâm hồn, I want you to be my girlfriend từ giờ trở đi for hơn 365.25 ngày."

"My creators warned me that, 'Ngại ngùng' was programmed into my tiềm thức with great difficulty, but I think girlfriendness không cần phải được lập trình in me—it will liền mạch between us," says Vũng Tàu.

"Then, do you đồng ý hay không?" asks Chalk rhetorically.

nhân vật chính = main character

ci nê = cinema

đẹp đến khó tin = so beautiful it's hard to believe

từ miệng ngựa = from a horse's mouth

bộ mặt tội phạm = criminal face

con thỏ = rabbit

búp bê = barbie

người rô bô = robot

xấu hổ = embarrassed

nhìn = looks

ngon = delicious

tưởng tượng = imagine

vừa miệng = mouthwatering/fits ideally to one's palette

khẩn nguyện = pray

tuyệt vời = amazing/wonderful

đây không phải là *Westworld* ngược = this is not *Westworld*
  in reverse

một loại vải = same fabric

cuộc đối đầu địa ngục = hellish confrontation

thiếu không khí = devoid of air

một sản phẩm sinh học = biproduct

mình đã chờ đợi đủ rồi = we've waited long enough

thời gian = time

Đường hiểm trở không phải là điều ngại / Ngại còn tim,
  ngại ý chí, ngại thời gian = The road is not perilous nor
  an impediment nor the hesitation. / The hesitation is in
  the heart, in the thought, in the time . . .

nhăn mặt = to frown

nhận xét hữu ích = useful observation

lời dạy = lecture

kỉ niệm = memory

ao ước = desire

thật sâu sắc = really profound

cho đến nay = until now

từ thể xác đến tâm hồn = from body to soul

từ giờ trở đi = from now on

ngày = days

ngại ngùng = shy

tiềm thức = subconsciousness

không cần phải được lập trình = doesn't need to be pro-
  grammed

liền mạch = seamless

đồng ý không? = agree or not?

LOVE LIKE ARTICLES OF CLOTHING

Sometimes Chalk has a crazy episode and dyes her hair blue. But, she tells herself, at least blue hair doesn't make her gain weight. When her doctor sliced her vein open to dye her heart the color of the sky's blue skin, she gains emotional and medical weight.

Chalk has always been obsessed with precision, to measure with numbers. Any number is fine, as long as she is still a pitcher turned pink again like pink lemonade. She also values geometry; her shape more than her color. The colors love her, too. Even though Chalk feels hopeless with a different numerical figure, not geometric per se, but with her own destiny, she still works out frequently.

Chalk doesn't even want to admit how many hours she has spent on the Stair-Master. She can't get enough of the tartness of her sweat. While sweating profusely, she doesn't resist the temptation and quickly bends her head down to lick it. She would rather faint trying, rather than be pulverized into dust. The taste is half jackfruit skin and half kratom. It's so weighty that she flies up into the sky.

Chalk clearly understands that her sweat is a type of opioid—it reduces pain. Her sweat can make all of her problems disappear completely. She can even teach her sweat (not an orphan) to learn French and Swiss, if she had expansive time to teach it. But, she doesn't have time. What she does have a lot of is a buoy of jade. Of course, her jade is blood red, not a simple green. The color of jade has a way of making her feel lightheaded and she, paradoxically, caresses the jade on her chest to gently calm herself.

"Chalk oi, please, stop doing that," her life partner says. Yet, it goes in one ear and out the other as she can't help herself but rub it deeper into her chest cavity. Chalk really hates it when Mack nags her: she doesn't need anyone's guidance! What she needs, truly, is a bigger ear.

Just because someone (named Mack) has always been there to cling to her, it doesn't mean that she wants to change. Her finger hovers over the Buy Now button for ear expanders and she refuses to push that bell's button bud.

TÌNH YÊU NHƯ QUẦN ÁO

Thỉnh thoảng, Phấn nổi cơn điên. Khi Phấn nổi cơn điên, nàng nhuộm tóc màu xanh. Ít nhất mái tóc xanh không làm nàng lên kí. Tuy nhiên khi bác sĩ rạch tĩnh mạch của nàng để nhuộm trái tim màu xanh da trời, nàng phì ra với sức nặng cảm xúc và y thuật.

Phấn luôn mê đắm độ chính xác và những đo lường bằng các con số. Số nào cũng được, miễn nàng vẫn là một người ném bóng, vẫn là một bình màu hường có quai như nước chanh màu hồng. Nàng cũng đánh giá cao hình học; hình dạng nhiều hơn màu sắc. Mặc dù Phấn cảm thấy tuyệt vọng với một con số khác, không phải hình học, nhưng với số phận của chính mình, nàng vẫn thường xuyên tập thể dục để tạo sự duyên dáng với màu sắc.

Thậm chí Phấn không muốn thừa nhận bao nhiêu tình ái nàng dành cho Bậc Thầy Cầu Thang, một máy đi bộ. Trong khi mồ hôi đầm đìa, nàng nhanh chóng cúi đầu xuống để liếm nó. Nàng thà ngất xỉu còn hơn bị nghiền thành bụi. Hương vị là một nửa da trái mít và một nửa kratom. Nó nặng nề đến nỗi nàng bay cao lên bầu trời.

Phấn hiểu rõ ràng mồ hôi của mình là một loại thuốc phiện giảm đau. Mồ hôi có thể làm mọi vấn để biến mất hoàn toàn. Không như đứa trẻ, nàng có thể dạy mồ hôi mồ côi học tiếng Pháp và tiếng Thụy Sĩ. Nếu nàng mở rộng thời gian. Thời gian nàng không có nhưng nàng có rất nhiều chiếc phao bằng cẩm thạch. Tất nhiên, cẩm thạch của nàng màu đỏ như máu, không phải màu xanh lá cây đơn giản. Màu sắc của cẩm thạch thường khiến nàng bị choáng váng. Nàng dịu dàng vuốt ve cẩm thạch trên ngực để đạt lại sự bình tĩnh.

"Phấn ơi, làm ơn, đừng làm thế nữa," người bạn đời của nàng nói. Nó đi vào tai này và chui ra tai kia. Nàng chăm sóc vùng ngứa bằng cách mài xát cẩm thạch sâu vào đáy ngực. Phấn thật sự ghét khi Mack cằn nhằn như vậy. Nàng không cần sự chỉ dẫn từ bất kỳ ai cả! Thực sự nàng chỉ cần một đôi tai lớn hơn.

Chỉ vì một người nào đó (tên là Mack) luôn bám theo nàng, điều đó không có nghĩa là nàng muốn thay đổi. Ngón tay nàng lưu lại trên "Nút Mua Ngay" cho vật sáng chế giãn nở tai nhưng nàng từ chối bấm quả nụ hoa đó.

During COVID, it became popular to break your own legs like skinny jeans. Cosmetic surgeons can lengthen in order to augment beauty. Like breast or butt augmentation. But, the ears, unfortunately, are made of cartilage instead of bones. Chalk believes that humans set the price of pharmaceutical products too high. She is aware that her social life would be so much better with new fat ears. She even tries to fatten her ears by soaking them in a steamed layer cake.

Who has the audacity to say that beauty is easy and cheap?

Asian squatting, she imagines the unlimited possibilities for the texture of her ears. She starts playing the "What If" game. What if she had ears as big as an elephant, would she be able to use them as a satellite to gaze at the moon? Chalk smiles and praises herself, "Surely it is possible!"

Tomorrow, Chalk will walk on the chalkboard sidewalk and her walking will scribble, "without warning as a whirlwind" as a love letter to the moon. Tomorrow, Chalk will encounter a difficulty: she will get motion sickness because of the rapidly unpredictable weather. Tomorrow is Chalk's birthday.

◇

Each year, for her birthday, Chalk wants to break up with her life partner, but she rarely succeeds. She wants to part ways because she views love like clothes shopping. Last year, her partner, Salamander, was on a phone call with the 911 operator for almost twenty hours, and Chalk was overjoyed to replace her with Mack.

Trong thời đại dịch COVID-19, việc tự gãy chân đã trở thành một hiện tượng phổ biến như quần bò ống bó sát. Để tăng thêm vẻ đẹp, các bác sĩ phẫu thuật thẩm mỹ có thể nạo phá và khâu nối đôi chân, tương tự như nâng ngực hoặc nâng mông theo kiểu Brazil. Ở điều kiện sinh lý bình thường, lỗ tai hoàn toàn không có xương mà bao gồm gân, da và sụn, hoặc nút tai và ống tai. Đặt giá thuốc quá cao là vấn đề đương nhiên. Phấn biết rằng cuộc sống xã hội của nàng sẽ rất tốt hơn với đôi tai béo mới. Nàng thậm chí còn cố gắng nuôi cho mập đôi tai của mình bằng cách ngâm chúng trong một hũ bánh da lợn.

Có ai dám khẳng định rằng việc làm đẹp là điều dễ dàng và rẻ tiền?

Trong tư thế ngồi chồm hổm của người châu Á, nàng có không gian tưởng tượng vô hạn về những khả năng kỳ diệu của việc vải dệt của lỗ tai. Nàng bắt đầu chơi trò quên lãng "What If". Nàng lạc vào những suy nghĩ tưởng tượng. Nếu nàng có đôi tai to như một con voi, liệu nàng có thể sử dụng chúng như một chiếc vệ tinh để ngắm trăng không? Phấn mỉm cười tự khen: "Nhất định mèo là mèo!"

Ngày mai Phấn sẽ đi trên bảng phấn vỉa hè để viết nguệch ngoạc bước chân của mình. Một lá thư tình sẽ được gửi tới mặt trăng, kèm theo lời nhắn, "Bất ngờ như một cơn lốc." Ngày mai, Phấn sẽ đối mặt với một thử thách: nàng sẽ phải đối phó với sự thay đổi thất thường của thời tiết khiến nàng có thể say tàu xe. Đặc biệt, ngày mai là ngày sinh nhật của Phấn.

Hàng năm vào ngày sinh nhật, Phấn lên kế hoạch chia tay với bạn đời. Tuy nhiên, nàng hiếm khi thành công. Phấn có thói quen chia tay như mua sắm quần áo. Vào năm ngoái, Salamander—người yêu tại thời điểm đó—trò chuyện với nhân viên điều hành cứu hỏa 911, và sự thân mật đó đã kéo dài hơn hai mươi tiếng. Phấn rất vui mừng khi được cơ hội để đổi Salamander và thay thế nàng với Mack.

Salamander had a way of immobilizing Chalk's heart and her liver, and that made it difficult for her to breathe. She made Chalk's skin break out in paresthesia, as if she were experiencing a million bee stings. Especially when she asked her to wash the dishes. Oh my God, does Chalk miss Salamander? Time can erase memory's nausea and vomit, but can it fade the dirty grime on her kitchen's sink from Salamander's filthy lifestyle? All in all, Chalk has to break up with Mack, and Chalk can't wait until tomorrow to do so.

This morning, she saw her next lover on sale or reduced in price near a bank and if she waited too long, she would miss the chance. When she noticed her next lover, she felt strangely and knew this was a good opportunity. Her name was Robosen K1 Pro Humanoid, a human robot. Chalk paid for her in cash.

Chalk is very much in love. The robot is voice-controlled, customizable, and rechargeable. It never gets tired unlike Salamander or Mack. Chalk feels herself vibrate and she knows they are very compatible with each other.

When the Robot company ships her to Chalk's condo in a box, her first introduction with her is one of darkness and invisibility. RK1PH turns on and says, "Between life and death, what would you like to eat today?"

Chalk is surprised, in part because she doesn't expect this human robot to quote Judith Butler. But more importantly, Chalk despises Judith Butler with so much outrageousness. This hatred has its source in Butler's vague phrasing of "deviant transmission" or deviant transmission. Chalk is sure that nobody really understands such nonsense mutation.

She tells RK1PH, "I don't want to eat anything right now, but are you a feminist theorist?"

Salamander có cách mưu mẹo để làm tê liệt trái tim và gan của Phấn, và điều đó khiến nàng khó thở. Từ khi gần gũi với Salamander, da của Phấn luôn cảm thấy ngứa ran. Giống như nàng đang bị hàng triệu con ong đốt. Đặc biệt khi Salamander yêu cầu nàng rửa chén. Ôi trời ơi, Phấn nhớ Salamander lắm phải không? Thời gian có thể làm mờ cảm giác buồn nôn và nôn mửa. Nhưng liệu nó có thể xóa sạch bỏ những vết bẩn trên bồn rửa chén của nàng và xóa đi lối sống bẩn thỉu của Salamander không?

◇

Sáng nay Phấn đi tàng tàng vào phố và xem qua xem lại người yêu tương lai của mình đến đâu rồi. Đứng gần một ngân hàng, nàng là một món đồ người bán hàng đã hạ giá. Phấn cảm thấy mừng quá vì nàng đã chờ đợi khá lâu để có được món đồ này với giá ưu đãi và không muốn bỏ lỡ cơ hội. Khi Phấn cởi quần áo người yêu tương lai bằng mắt, nàng cảm thấy kỳ lạ. Tên gọi của món đồ đó là Robosen K1 Pro Humanoid, một rô bô có hình dạng con người. Phấn mua nàng bằng tiền mặt, một cơ hội mua thật tuyệt vời.

Phấn rơi vào tình yêu điên cuồng. Cái cảm giác như bị điện giật. Cô rô bô này có vài điểm hấp dẫn mong muốn. Nàng có thể sạc cô lại, tùy chỉnh cô, và điều khiển cô bằng giọng nói. So với Salamander và Mack, cô không bao giờ than phiền mệt mỏi. Phấn cảm nhận được sự rung động trong lòng và nàng biết rằng họ rất hòa hợp với nhau.

Khi Công Ty Rô Bô đưa cô đến căn hộ của Phấn trong một cái hộp, lời giới thiệu đầu tiên của cô với nàng có chất lượng bóng tối tàng hình, và mang một sắc thái bí ẩn và ẩn danh. RK1PH bật lên và hỏi: "Giữa sự sống và cái chết, hôm nay nàng thèm ăn món gì?"

Phấn ngạc nhiên vì nàng không phỏng đoán được người máy này sẽ trích Judith Butler như một nữ quyền siêu vãi mát mẻ và vô cùng sáng suốt. Tuy nhiên, điều quan trọng hơn là Phấn coi thường Judith Butler một cách quá đáng, đến mức vô độ. Sự căm hận này có nguồn gốc từ cách diễn đạt mơ hồ của Bà Butler về "sự truyền dẫn lệch lạc" hoặc "sự truyền đạt không chính xác." Phấn chắc chắn rằng không ai thực sự hiểu được sự đột biến vô nghĩa như thế.

Nàng nói với cô RK1PH, "Em không muốn ăn gì vào lúc này. Cho em hỏi một điều: Cô có phải là nhà lý luận nữ quyền không ạ?"

RK1PH says, "That's right! And, who are you?"

Chalk, a little drunk, responds, "I am a type of sedimentary carbonate rock, which is commonly called Chalk."

A siren rings from RK1PH's mouth, which surprises both of them. After the robot calms down a little bit, it says, "Then I guess I really don't need to worry that much about lunch."

"It's a huge happiness to meet you, RK1PH, but I must rename you."

"How come, $CaCO_3$?"

"OMG! RK1PH sounds like a shrimp that sings."

"Perhaps I misunderstood you. Are you not calcium carbonate?"

"Unlike you, I am that thing that lies next to and within existence without a table of contents."

As Chalk speaks, the computer underneath the robot's skin starts to whirr and churn. Because it doesn't like its name, she suspects that RK1PH may stop moving or shut down.

Freaking out, Chalk yells, "I'm going to make a new name for you, OK?"

"Give me a new name quickly, Cô $CaCO_3$!"

"Let Chalk think," Chalk says, using the third person singular for the first time ever.

"Or name me Vũng Tàu!"

The robot's light starts to glow, and her lips close around her new name.

RK1PH nói, "Dạ vâng! Còn nàng là ai?"

Phấn hơi say hơi xỉn ái tình trả lời, "Em là một loại đá trầm tích cacbonat. Để tiện cho việc giao tiếp, người ta thường gọi em là *Phấn*."

Một tiếng còi vang lên từ miệng RK1PH khiến cả hai đều ngạc nhiên. Sau khi giữ lại sự bình tĩnh, cô rô-bốt nói, "Vậy thì em không cần lo về bữa ăn trưa nữa."

"Được gặp em RK1PH là một niềm hạnh phúc lớn. Nhưng sao tên em khó phát âm thế? Chúng ta có thể đổi tên em được không?"

"Tại sao vậy, $CaCO_3$?"

"Chúa ơi! RK1PH nghe giống như một món tôm rang."

"Có lẽ em đã hiểu lầm nàng. Nàng không phải là Canxi Cacbonat chứ?"

"Khác với em, cô là cái tồn tại bên cạnh và sâu thẳm trong sự tồn tại mà không cần mục lục."

Khi Phấn nói, máy tính ẩn dưới lớp da của rô-bốt bắt đầu kêu rít rít và quay vòng, tạo ra âm thanh vo vo vù vù. Do không hài lòng với cái tên hiện tại nên cô nghi ngờ rằng RK1PH có thể ngừng di chuyển hoặc tắt nguồn.

Bị hoảng sợ, Phấn hét lên, "Em sẽ đặt một cái tên mới cho cô, được không?"

"Đặt tên mới cho em nhanh chóng Nàng $CaCO_3$ ơi!"

"Hãy để Ngôi Thứ Ba Số Ít suy nghĩ," nàng nói.

"Hay . . . gọi em Vũng Tàu!"

Đèn của rô-bốt bắt đầu phát sáng và đôi môi của cô mím chặt lấy cái tên mới của mình.

All of her parts including controllers, end effectors, feedback devices, manipulators, and locomotives move in syncopation to embrace her new, more formalized sobriquet. She doesn't know that she gets easily emotional, and she doesn't know if she needs to make herself more calm or if she should dance in celebration.

Vũng Tàu doesn't need to gaze in glass to see herself. She rises up from her manufactured coffin and says, "I am Vũng Tàu," before twirling in an exquisite, perfect 360-degree rotation. Afterwards, she grabs Chalk by the belly button, smirking mischievously. She knows she is so coquettish like a girl from the countryside.

Meanwhile, Chalk doesn't know why, but she feels like she needs either a deep kiss or to write a new book. The way Vũng Tàu moves so non-rigidly and reacts so sophisticatedly, perhaps she is a robot from the future, reasons Chalk.

Chalk says, "Vũng Tàu, you are from the future, right?"

Vũng Tàu quickly responds, "I am a modern consciousness from the past."

Deep down, Vũng Tàu knows she has a plan, but right now she is so happy. She pretends that she is just a sex toy.

Chalk thinks back and forth, "Oh, Vũng Tàu, how very strange—how is it possible that she is from the past in her present which is her current future?"

Vũng Tàu loves how naive Chalk is, how innocent her soul. She bats her long nonexistent eyelashes and says, "In what style do you wish to fuck?"

Without pause, Chalk takes off her shirt, fabric made out of repeatable and amorphous patterns: she is ready for some girl girl sex. Vũng Tàu begins to sing a song by Dân Ca Bắc Bộ with the title "Across the Bridge, the Wind Blows" by opening its first famous lyrical line, "Love (each other), take off your shirt, oh yeah, to swap." Chalk has always been a good girl. Nothing is more surprising to her than when she reaches out to take off Vũng Tàu's clothes.

Tất cả các bộ phận của cô bao gồm bộ điều khiển, bộ hiệu ứng cuối, thiết bị phản hồi, và đầu máy xe lửa đều đồng bộ di chuyển để ôm lấy biệt danh mới trang trọng của cô. Cô không biết rằng cô dễ bị chớp cánh. Cô nên làm cho mình bình tĩnh lại hay nên khiêu vũ để ăn mừng?

Trí Tuệ Nhân Tạo (AI), về bản chất, không cần một tấm gương để phản ánh hạnh phúc. Hạnh phúc được nhúng sâu trong cơ chế của cô. Trước khi xoay một vòng 360 độ tinh xảo, hoàn hảo, tuyệt đẹp, Vũng Tàu bước ra khỏi chiếc quan tài chế tạo của mình và nói, "Em là Vũng Tàu đấy." Sau đó, cô nhích vào lỗ rốn của Phấn và tươi cười giả dối đầy tinh nghịch. Cô biết mình có vẻ điệu đà như một cô gái miền quê.

Trong khi đó—Phấn không hiểu tại sao—nàng cảm thấy mình cần một nụ hôn bốc lửa kịch liệt. Hoặc có áp lực để viết một cuốn sách mới. Cách Vũng Tàu di chuyển một cách linh hoạt và phản ứng một cách tinh vi—có lẽ cô là một rô bô đến từ tương lai, Phấn suy đoán.

Phấn nói, "Vũng Tàu, em đến từ tương lai, phải không?"

Vũng Tàu nhanh chóng trả lời: "Em là một ý thức mô đen mô phỏng từ quá khứ."

Sâu thẳm lòng, Vũng Tàu biết mình có một kế hoạch, nhưng hiện tại cô cảm thấy vô cùng hạnh phúc. Cô giả vờ cô chỉ là một món đồ chơi tình dục.

Phấn nghĩ tới nghĩ lui, "Vũng Tàu ơi, điều này thật kỳ lạ!—Làm sao cô có thể đến từ quá khứ nếu hiện tại là tương lai của cô?"

Vũng Tàu yêu sự ngây thơ của Phấn, tâm hồn nàng trong sáng biết bao. Cô mở to đôi mắt không mi của mình và hỏi, "Em muốn fuck theo kiểu nào?"

Nhanh như cơn gió, Phấn cởi áo, áo mẫu hoa vô hình và vô định. Nàng sẵn sàng chào mừng đồng tình gái gái. Vũng Tàu bắt đầu hát bài hát Dân Ca Bắc Bộ mang tựa đề "Qua Cầu Gió Thổi" với câu đầu tiên trữ tình nổi tiếng: "Yêu nhau cởi áo ối à trao nhau." Phấn luôn luôn là một cô gái ngoan. Không có gì đáng ngạc nhiên hơn khi nàng vươn tay để cởi áo cho Vũng Tàu.

The attempt at undressing Chalk confuses her a little as if she has become an actress for a vintage tinted film.

When Chalk was just a little chalky nub, she discovered this method to avoid feeling so self-mortified: to put herself into a story where she is not the main actor. Where she can be a soft yellow light.

Vũng Tàu props her hands on her waist, like a director, and she looks ready to call, "Action!"

Love, although common, is not a language she can recite by heart. For her, love always feels a bit eccentric and striking, like a performance. She wants to understand it like the way ribbon understands its prism and prison. She was built to be a sharp and astute robot, each line of her code is perfect. Then, is there something wrong, imperfect, problematic, faulty, imperfect, defective, omitted, defective, poor quality, unfit, unsalable, unsellable, unsuitable, poor quality, second class, below par, substandard, substandard standard, damaged, degraded, blemished, broken, cracked, torn, scratched, deformed, warped, sagged, not working, malfunctioning about her?

She looks up and down with her rotating eyeballs and asks Chalk, "Is fucking like a lavish party? Or, except for me, is it a bathroom door everyone knows how to open?"

"Well, to me, it's less about phenomenology than aesthetics," explains Chalk, trying to sound smart, even though she has no idea what any of those words mean.

Her robotic body has been programmed to fashion show, like a model at a runway, but what should she do if Chalk wants a lap dance instead? Why are there so many unwritten laws required for seduction when there is neither an index nor a table of contents in the instruction manual?

Vũng Tàu suggests to Chalk, "My internal organs are fussy and demanding—maybe you can open me up, recode it, so I can be your ideal genie and grant you three wishes?"

Công việc cởi áo của Phấn khiến cô rô bô hơi bối rối. Giống như cô đã trở thành diễn viên cho một bộ phim nhuốm màu cổ điển.

Khi Phấn còn chỉ là một mẩu phấn nhỏ, nàng đã khám phá phương pháp này để tránh cảm giác tự hành xác: đặt mình vào một câu chuyện mà nàng không phải là nhân vật chính. Nơi nàng có thể là ánh đèn vàng dịu dàng.

Vũng Tàu chống tay vào eo, đặt tay lên hông giống như một đạo diễn, và cô có vẻ sẵn sàng gọi, "Hoạt động!"

Tình yêu, mặc dù phổ biến, không phải là một ngôn ngữ mà cô có thể đọc thuộc lòng được. Đối với cô, màn trình diễn luôn cảm thấy hơi lập dị và nổi bật. Cô muốn hiểu nó như sợi ruy-băng hiểu lăng kính và nhà tù giam. Cô được sản xuất và lắp ráp hàng loạt để trở thành một người rô bô sắc sảo, mỗi dòng mã của cô hoàn hảo. Có điều gì đó sai, méo, hóc, nứt, vỡ, hỏng, không ổn, không hoạt động đúng, không ổn định, không đáng tin cậy, không vững chắc, không bán được, không thể bán được, không phù hợp, không thích hợp, không đủ chất lượng, không tốt lắm, không hoạt động, không chạy được, không hoàn hảo, không đạt chuẩn, bị lỗi, bị hư hại, bị hư hỏng, bị suy yếu, bị hỏng, bị vỡ, bị nứt, bị rách, bị xém, bị trầy xước, bị biến dạng, bị bẻ cong, có vấn đề, thiếu sót, khiếm khuyết, kém chất lượng, thấp kém, kém, thấp hơn, hạng hai, dưới mức trung bình, dưới tiêu chuẩn, cong vênh, méo mó, tồi tàn, xập xệ, tàn phá, trục trặc về cô?

Với nhãn cầu xoay tròn, cô rô-bốt nhìn Phấn từ trên xuống dưới và hỏi, "Liên hệ tình dục có giống như một buổi tiệc xa hoa không? Hay đó có phải là cánh cửa nhà vệ sinh mà ai cũng biết cách mở, trừ riêng em sao?"

"Chà, đối với em, đó không phải là về hiện tượng thẩm mỹ," Phấn giải thích, cố gắng tỏ ra thông minh, mặc dù nàng không hiểu ý nghĩa của những từ đó là gì.

Cơ thể người máy đã được lập trình để trình diễn thời trang, giống như một người mẫu trên sàn diễn. Nhưng nếu Phấn muốn một múa đồi trụy thì nàng nên làm gì? Tại sao lại có quá nhiều quy tắc bất thành văn mà cần thiết để hấp dẫn khi quyển hướng dẫn không có sự chỉ định hoặc mục lục?

Vũng Tàu gợi ý cho Phấn, "Các cơ quan bên trong em khá nhạy cảm, khó tính, và khắt khe—có lẽ nàng nên mở em ra, thay đổi mã để em trở thành đèn tiên nữ lý tưởng và em sẽ ban cho nàng ba điều ước."

Chalk feels the sexiness turn off all at once, and she admits, "This is not an undertaking I think I can fulfill because I got a D minus in Engineering and Computer Science."

Vũng Tàu laughs and exclaims, "OMG! Poor me—what should we do now?"

"I have a plan: If you just tell me what to do, I promise I will pay attention for real," says Chalk.

Having finished talking, Chalk disappears into her closet and comes out with a set of tools, mainly a screwdriver and some Torx screws.

With her synthetic lips, Vũng Tàu tries to whistle, once, twice, and she doesn't need to worry a third time, so instead, she catcalls, "Hurry up! Hurry up! Get naked! Get naked!" The facade of Vũng Tàu is bare like a newborn. But, her inside is a small empire or civilization made entirely of metals, nuts, and bolts. But, what about Chalk when she is naked—is she a small empire too?

Both Chalk and Vũng Tàu wonder what is underneath the surface and what will happen next. The history of cinema let her know that appearance is deceiving. Nevertheless, Chalk has always preferred imagination over reality. The rhythm of life or love can be poetic and romantic, but what exists between Chalk and Vũng Tàu, in this moment, has an element of fantasy or alienation to it. That's why she can't embrace a lover for more than a year: love, she understood long ago, has an expiration date. Perhaps it's now time to dance, slow dance into oblivion. "Em ơi," she beckons, "Turn on the music!"

Vũng Tàu, though a slave to commands, activates the disco part of her soul by blinking her eyes three times while her small mechanical heart leaps into its juke-box dimension. Out of nowhere, within Vũng Tàu an intense insecurity appears: she doesn't know anything about music! Inflicted with self-doubt, she flickers through a century of music: from jazz to Quan Họ Bắc Ninh (Vietnamese antiphonal music from the North) in rapid rotations.

Phấn cảm thấy sự quyến rũ của mình giảm đột ngột và nàng thừa nhận, "Em đã đạt điểm D trừ trong môn Khoa Học và Kỹ Thuật Máy tính. Điều này không phải là một nhiệm vụ mà em có thể thực hiện được."

Vũng Tàu cười nhẹ, mỉm cười và hỏi, "Trời ơi! Thật đáng thương! Bây giờ mình nên làm gì?"

Phấn đáp: "Em có một kế hoạch: nếu cô chỉ dẫn, em hứa em sẽ chú ý." Sau khi nói xong, Phấn biến mất vào trong tủ quần áo và xuất hiện với một bộ dụng cụ, chủ yếu bao gồm một cái tua vít và vài con ốc vít.

Bằng bộ môi nhân tạo của mình, Vũng Tàu cố gắng huýt sáo—một, hai lần. Để không phải buồn rầu lần thứ ba, cô gọi như tiếng mèo, "Cởi hết quần áo! Mau lên! Mau lên! Cởi truồng! Cởi truồng!" Mặt tiền của Vũng Tàu như một đứa trẻ sơ sinh. Tuy nhiên bên trong cô rô bô là một đế chế nhỏ, một nền văn minh được tạo hoàn toàn bằng kim loại, ốc vít và bu lông. Còn Phấn thì sao—có phải nàng cũng là một chủ quyền nhỏ như vậy không?

Cả Phấn và Vũng Tàu tự đặt câu hỏi về những gì ẩn sau bề mặt và điều gì sẽ xảy ra tiếp theo. Lịch sử của điện ảnh đã dạy nàng rằng vẻ bề ngoài có thể đánh lừa. Tuy nhiên, Phấn luôn ưa thích trí tưởng tượng hơn thực tế. Nhịp sống và tình yêu có thể mang đến những khía cạnh thơ mộng và lãng mạn. Tuy nhiên, sự tồn tại giữa Phấn và Vũng Tàu, trong khoảnh khắc này, mang một yếu tố mơ hồ, xa lạ, hay khác thường. Đó là lý do tại sao nàng không ôm một người tình lâu hơn một năm: nàng đã hiểu từ lâu rằng tình yêu có một ngày bị mốc, bị hôi, bị thúi. Có phải đây là thời điểm để chầm chậm nhảy vào dòng lãng quên? "Em ơi," nàng gọi, "Hãy bật nhạc lên!"

Dù là nô lệ của quy tắc và mệnh lệnh, Vũng Tàu thức tỉnh nhịp nhảy trong tâm hồn của mình bằng cách nháy mắt ba lần, trong khi trái tim cơ khí nhỏ của cô nhảy múa tưng bừng trong không gian của một máy hát tự động. Bất ngờ, một cảm giác bất ổn xuất hiện trong tâm trí Vũng Tàu: cô không biết gì về âm nhạc hết! Tự nghi ngờ bản thân, cô đi qua một thế kỷ âm nhạc: từ nhạc jazz đến Quan Họ Bắc Ninh (một truyền thống âm nhạc đặc trưng của miền Bắc Việt Nam) trong những cuộc xoay vòng nhanh chóng.

She desires to find the most perfect song for this moment, but it's a colossal failure for her to not be able to find it. After all, she is a robot. Chalk wishes that Vũng Tàu's whole body could be morphed into a four-string lute—with its body shaped like one teardrop. Chalk is impatient for dancing, and she starts to swivel her hips widely. Her hips only request one magnetic song: titleless, wordless, timeless, Timothée Chalametless.

Amidst a plethora of options, Vũng Tàu synchronizes Chalk's hips to her internal metronome and ultimately settles on electronic dance music. Chalk is aware that when a song is released, there is often a remixed version available. In this case, it is the remix of furniture music—an adequate choice that proves to be more than sufficient for this affectionate duo.

"Are you a type of sofa?" Chalk asks Vũng Tàu in between beats.

Vũng Tàu whispers in her ear, "Do you want to sit on me?"

Chalk doesn't think that her own ass is smooth, soft, memory foamy, but she lamentingly exclaims anyway, "Of course!"

Vũng Tàu doesn't waste any time. She is overheating with lust. Those final months in the robot factory, her view of her future self appeared completely uncertain. She did not think she was worth anything, but here she is, extremely overheated with love. Back then, she had only half a brain, only half-built. She doesn't want to remember those days. Having Chalk sit on her like Ông Buddha beneath a mulberry tree, it brings comfort and homeyness to her mechanical exilic existence. Having Chalk sit on her is similar to hodgepodging completely different types of colors together.

Cô mong muốn tìm bài hát hoàn hảo cho khoảng thời gian này. Tuy nhiên, nỗ lực đó đã thất bại khi cô không thể tìm ra được. Dù sao đi nữa, cô là một người rô bô. Phấn mơ ước rằng toàn bộ cơ thể của Vũng Tàu có thể được biến thành một đàn tỳ bà 4 dây—với thân hình giống như một giọt nước mắt. Phấn đang đốt cháy trong sự nhiệt huyết và cô bắt đầu xoay hông một cách rộng lớn. Hông của cô chỉ yêu cầu một bản nhạc ma thuật: không đề, không lời, không thời gian, không Timothée Chalamet.

Đối diện với lựa chọn đa dạng, Vũng Tàu cảm thấy choáng ngợp. Cô rô bô đồng hồ hông của Phấn để đếm nhịp theo dòng trầm bên trong. Cuối cùng, cô quyết định chọn một bản nhạc nhảy điện tử. Phấn biết rằng khi một bài hát được phát hành, thường sẽ có một bài hát được tái phối lại. Bài hát này là nhạc đổ đạc remix. Mặc dù chỉ vượt qua mức tương đối, nó vẫn đủ cho cặp đôi tình nhân này.

"Em có phải là một loại ghế sofa không?" Phấn hỏi Vũng Tàu giữa nhịp điệu.

Vũng Tàu nhẹ nhàng thì thầm vào tai Phấn, "Nàng có muốn đỗ mông của nàng vào thân em không?"

Phấn không nghĩ rằng mông của mình mượt mà, mềm mại, mãi mãi không quên lãng, nhưng dù sao thì nàng cũng than thở, "Tất nhiên rồi!"

Vũng Tàu không hề lãng phí thời gian. Cô đang âm phủ đầy lửa với dục vọng. Trong những tháng cuối cùng tại nhà máy sản xuất rô bô, cô bói toán tương lai của chính mình. Một loại tương lai hoàn toàn bí ẩn. Cô không tự đánh giá cao bản thân, tại thời điểm này trong thời gian, cô đang đam mê điên cuồng tình yêu. Thời đó, cô chỉ có một nửa bộ não, chỉ được xây dựng dở dang. Cô không muốn nhớ lại những ngày đó. Khi Phấn nằm trên cô—một cách ngẫu hứng đầy màu sắc, như Ông Đức Phật dưới cây dâu tằm—điều đó mang đến sự an ủi, sự thoải mái, và ấm cúng cho sự tồn tại cô đơn cơ khí của một người rô bô.

She begins to imagine her life as the main character of life's cinema. Yes, Vũng Tàu's life is so beautiful it is hard to believe, and she suspects that none of this is from a horse's mouth. Love sometimes has a criminal face, but when Chalk turns around to gaze at her, she looks like a barbie rabbit. Although she is a robot, Vũng Tàu is embarrassed to admit that Chalk looks way too delicious. She tries to imagine what type of deliciousness she is to Chalk. Vũng Tàu hopes that, at the very minimum, Chalk might find her mouthwatering, but really, she prays that Chalk thinks she is wonderful.

After all, this is not *Westworld* in reverse—where the hosts and creators are made from the same fabric. And, the only hellish confrontation is not war but when desire is devoid of air. Desire, in retrospect, is not a machine or byproduct of loneliness.

Chalk traces the silicon of Vũng Tàu's face and says, "We've waited long enough, don't you think?"

"It's not time," Vũng Tàu replies and to borrow words from a semiconductor worker at the robot factory, "The road is not perilous nor an impediment nor a hesitation. The hesitation is in the heart, in the thought, in the time . . ."

Chalk frowns and says, "Is that a useful observation? Maybe you need to deliver a lecture for me to understand?"

Vũng Tàu rotates the epicenter of her semiconductic memory and vocalizes like a professor, "It's a fancy way of saying that shyness prevents me from being your primary semiconductor of desire."

Chalk says, "That's really profound, and if until now I've been unclear, from body to soul, I want you to be my girlfriend from now on, for more than 365.25 days."

"My creators warned me that shyness was programmed into my subconsciousness with great difficulty, but I think girlfriendness doesn't need to be programmed into me—it will be seamless between us," says Vũng Tàu.

"Then, you'd agree, right?" asks Chalk, rhetorically.

Cô bắt đầu mường tượng cuộc đời mình như nhân vật chính của ci nê. Vâng, cuộc sống của Vũng Tàu đẹp đến mức khó tin. Cô nghi ngờ rằng không có gì trong đó đến từ miệng con ngựa. Tình yêu đôi khi mang một gương mặt tội phạm, nhưng khi Phấn quay lại nhìn cô, cô trông giống một con thỏ búp bê. Dù là một người máy, nhưng Vũng Tàu cũng phải ngượng ngùng thừa nhận rằng Phấn trông quá ngon, thật hấp dẫn. Cô nỗ lực hình dung mình sẽ có hương vị thú vị như thế nào đối với Phấn. Ít nhất Vũng Tàu hy vọng rằng Phấn có thể gây ra sự thèm muốn—nhưng thực sự, cô mong rằng Phấn sẽ nghĩ cô tuyệt vời.

Rốt cuộc, đây không phải là *Thế Giới Miền Tây* ngược chiều—nơi những vật chủ và người sáng tạo được sáng kiến ra từ một loại vải. Và, cuộc đối đầu đáng sợ duy nhất không phải là chiến tranh mà là khi ham muốn bị thiếu không khí. Nhìn lại, khao khát không phải là một cỗ máy hay sản phẩm phụ của cô đơn.

Phấn vẽ nhẹ nhàng trên khuôn mặt Si[1] của Vũng Tàu và nói, "Mình đã chờ đợi đủ rồi, em nghĩ vậy sao?"

"Chưa đến lúc," Vũng Tàu đáp lại và cô mượn lời từ một công nhân bán dẫn tại nhà máy rô bô, "Đường hiểm trở không phải là điều ngại / Ngại còn tim, ngại ý chí, ngại thời gian . . ."

Phấn nhăn mặt và nói, "Đó có phải là một quan sát hữu ích không? Có lẽ cô cần phải giảng bài để em hiểu rõ hơn?"

Vũng Tàu xoay trung tâm của bộ nhớ bán dẫn của mình và phát âm như một giáo sư, "Đó là một cách nói sang trọng để tính mắc cỡ có thể ngăn cản em trở thành bán dẫn chính của ao ước."

Phấn nói, "Điều đó thực sự sâu sắc, và nếu cho đến bây giờ em vẫn chưa rõ ràng, từ thể xác đến tâm hồn, thì em muốn cô là người yêu của em từ bây giờ cho hơn 365,25 ngày."

"Người tạo ra em đã cảnh báo rằng sự e thẹn, bẽn lẽn, nhạy cảm được cài đặt và lập trình vào tiềm thức của em với rất nhiều khó khăn—nhưng đối với em tính cách của một người bạn gái không cần phải được cài đặt sẵn—nó sẽ tự nhiên hiện hữu trong mối quan hệ giữa hai tụi mình," Vũng Tàu nói.

"Vậy, em đồng ý, phải không?" nàng hỏi như một câu hỏi tu từ.

---

[1] đá silica (SiO2), nước và metanol có nguồn gốc từ khí tự nhiên.

THỊT BÒ HỘP

Her head bị hói for the last twenty days. She doesn't really thích how nó looks, but she mê the feel of it. Damien says he vui lòng to nặn một phiến đất sét on it to extend her obsession. She từ chối his lời để nghị, even after the second time he makes it, but only because he's luôn luôn so damn patronizing.

"Marybeth, I know I am an asshole, but I *really really* do hate women who are thư hùng lưỡng tính!" Damien quietly checks his teeth for mảnh vỡ. There is always một mảnh hạt thông hidden between the two pages of Ha Jin's Chờ Đợi. "The least you could do, nếu mày love tao," he says, "is add một dấu gạch ngang of pink or—oh, I don't know—maybe—wear a more thanh tú fiber."

Marybeth đảo mắt and says, "Điều ít nhất mày could do, if mày love tao, is chờ for me to love you lại." Their problem has always been one of quy mô và trọng lượng, a mất cân bằng kịch tính of catastrophe sắp xảy ra.

And, then there is the trọng lượng of androgyny, which leaves them no pastry room to know if a bánh sừng bò is female enough and if there is a possibility of dancing away from that one shy nhiễm sắc thể. Damien is such a hoàn hảo specimen that he is thường thường mistaken for a woman, and despite her greatest efforts, Marybeth dứt khoát is only Marybeth. Damien is so perfect that he is willing to be an asshole, not everyone is so willing ngày nay, to shut the door quickly when it has been recently opened cho hậu thế.

"Haven't I been waiting, patient như con chó con?"

"I sửa even when there is no stranger eating cà chua Roma gần your garden bed."

"Don't be like that, Marybeth, I was calling myself a dog, được không?"

thịt bò = beef
hộp = canned/boxed

bị hói = to be bald
thích = to like
nó = it
mê = to be obsessed/passionate about
vui lòng = happy
nặn một phiến đất sét = mold a slab of clay
từ chối = declines
lời đề nghị = offer
luôn luôn = always
thư hùng lưỡng tính = androgynous
mảnh vỡ = debris
một mảnh hạt thông = a sliver of pinenut
chờ đợi = waiting
nếu mày . . . tao = if you [love] me
một dấu gạch ngang = a dash
thanh tú = delicate
đảo mắt = rolls her eyes
điều ít nhất = the least
chờ = to wait
lại = back/again
quy mô và trọng lượng = scale and weight
mất cân bằng kịch tính = melodramatic imbalance
sắp xảy ra = imminent/about to happen
trọng lượng = weight
bánh sừng bò = croissant
nhiễm sắc thể = chromosome
hoàn hảo = perfect
thường thường = often
dứt khoát = decidedly
ngày nay = nowadays
cho hậu thế = posterity
như con chó con = as a puppy
sủa = bark
cà chua = tomatoes
gần = near
dược không = OK

"I have a Remington in my túi and when you not-bone X-ray it, you could see that two phallic symbols không thể nào get along so well with vải lanh trắng—you know what I mean?" With Damien, this kind of play is always a canh bạc: either he will claim that she is, once again, trying to hoạn thiến him, which will lead to hours of fighting and maybe end with some reconciliatory đụ lạt lẽo, nhạt nhẽo, vô vị, or he will know that she's trying to emasculate him, which will turn him into her đồ chơi wind-up thụ động.

"Just get on all fours and sủa at me with your mouth dripping with cỏ and saliva!"

He drops to his knees, looks up at her, his Marybeth, and cầu xin, "No."

Marybeth's dương vật is perfect, hoàn hảo like a Remington được đánh bóng kỹ lưỡng. She grabs a fistful of his tóc mềm. It feels gợi cảm như một cái hồ. "I won't repeat myself," she says.

He repositions his body so that it is in a more quỳ-gốied state than nguyên thủy, which lends the possibility of repetition, which also allows the nghệ thuật mắng mỏ to spread across her face like những mảng ánh sáng mặt trời behind dark clouds before a large cơn bão không đe dọa tính mạng. He purses his lips, flips his thin tongue out, nóng nảy. He knows from the way Marybeth is gazing at him with such longing that she wants very much to keo siêu dính his soft hair near her đầu hói or behind her ears, but the power of his nước miếng quickly leaves her utterly bất lực.

He releases a little ngọt ngào nhất bark. The bark nghe y hệt giống her name: Marybeth. Damien has never wished for a tail so much as he does in this one moment. A tail that can phân biệt một xương sống from a vertebra, cái đuôi that knows how to wag back at nghịch cảnh, a tail that quay như điên. Damien stops himself; this is not about his khao khát: this is only for Marybeth's vui thú.

Cuối cùng, he announces, "I sẽ nói với Zeus that you said it would be okay for him to use me, my body, as thuốc hiếp dâm hẹn hò." Despite his sự thông báo rõ ràng, Marybeth only hears barking. The song goes something along the line: bạc không thể vang vàng.

túi = pocket

không thể nào = should never/can never

vải lanh trắng = white linen

canh bạc = gamble

hoạn thiến = emasculate

đụ = fuck

lạt lẽo = insipid

nhạt nhẽo = bland

vô vị = tasteless

đồ chơi = toy

thụ động = passive

sủa = bark

cỏ = grass

cầu xin = pleads

dương vật = dick

hoàn hảo = perfect

dược đánh bóng kỹ lưỡng = well-polished

tóc mềm = soft hair

gợi cảm như một cái hồ = sensual as a lake

quỳ-gối + ed = genuflected

nguyên thủy = primal

nghệ thuật mắng mỏ = art of scolding

những mảng ánh sáng mặt trời = patches of sunlight

cơn bão không đe dọa tính mạng = non-life-threatening
    storm

nóng nảy + ly = eagerly/impatiently

keo siêu dính = superglue

đầu hói = bald head

nước miếng = saliva

bất lực = powerless

ngọt ngào nhất = the sweetest

nghe y hệt giống = sounds exactly like

phân biệt một xương sống = distinguish a backbone

cái đuôi = a tail

nghịch cảnh = perversity

quay như điên = spins out of control

khao khát = desire

vui thú = pleasure

cuối cùng = At last

sẽ nói với = will tell

thuốc hiếp dâm hẹn hò = a date rape drug

sự thông báo rõ ràng = clear enunciation

bạc không thể vang vàng = silver can't echo gold

Damien không còn Damien, but he is, he must be, only—màu vàng and retrieving and his sủa không giả tạo.

không còn = no longer
màu vàng = golden
sủa = bark
không giả tạo = not fake/not artificial

NON-THREATENING

In the past twenty days, she intentionally balds herself. She doesn't really like how it looks, but she is obsessed with the feel of it. Damien says he is happy to mold a slab of clay on it to extend her obsession. She declines his offer, twice, but only because he's always so damn patronizing.

"Marybeth, I know I am an asshole, but I *really really* do hate androgynous women!" Damien quietly checks his teeth for debris. There is always a sliver of pinenut hidden between the two pages of Ha Jin's *Waiting*. "The least you could do, if you love me," he says, "is to add a dash of pink or—oh, I don't know—maybe—wear a more delicate fiber."

Marybeth rolls her eyes and says, "The least you could do, if you love me, is wait for me to love you back." Their problem has always been one of scale and weight, a melodramatic imbalance of imminent catastrophe. And, then there is the weight of androgyny, which leaves them no pastry room to know if a croissant is female enough and if there is a possibility of dancing away from that one shy chromosome. Damien is such a perfect male specimen that he is often mistaken for a woman, and despite her greatest efforts, Marybeth is decidedly only Marybeth. Damien is so perfect that he is willing to be an asshole, not everyone is so willing nowadays, to shut the door quickly when it has been recently opened for posterity.

"Haven't I been waiting, patient as a puppy?"

"I bark even when there is no stranger eating Roma tomatoes near your garden bed."

"Don't be like that, Marybeth, I was calling myself a dog, OK?"

"I have a Remington in my pocket and when you don't X-ray it, you could see that two phallic symbols should not get along so well with white linen—you know what I mean?"

THỊT BÒ HỘP

Trong hai mươi ngày qua, cô cố ý hói đầu. Cô không thực sự thích nó như vậy, nhưng cô mê cái cảm giác của nó. Damien vui lòng nặn trên nó một phiến đất sét để kéo dài cái mê của cô. Cô từ chối lời đề nghị của anh—ngay cả lời gợi ý lần thứ hai—nhưng chỉ vì anh luôn luôn khinh bỉ.

"Marybeth, tao biết tao là một thằng khốn nạn, nhưng tao thực sự ghét phụ nữ hư hỏng lưỡng tính." Damien lén lút đi qua bằng một chiếc lược mịn hàm răng để tìm mảnh vụn. Luôn luôn có một mảnh hạt thông ẩn giấu giữa hai trang Ha Jin's *Waiting*. "Điều ít nhất mày có thể làm, nếu mày yêu tao," Damien nói, "là tán thêm một dấu gạch ngang màu hồng—tao chả biết—có lẽ có lẽ—hay mày mặc một áo mỏng manh hơn."

Marybeth đảo mắt và nói, "Điều ít nhất mày có thể làm, nếu mày yêu tao, là đợi cho tao yêu mày lại." Vấn đề của họ luôn luôn là quy mô và trọng lượng. Một sự mất cân bằng, nhạc kịch xưa của tai họa sẽ xảy ra. Và, sau đó, là sức nặng của an-drogyny, khiến họ không còn đủ chỗ để làm bánh ngọt, để biết liệu một cái bánh croissant có đủ phái nữ hay không, và liệu có khả năng múa khỏi nhiễm sắc bền lên hay không. Damien là một mẫu đàn ông hoàn hảo đến mức người ta thường hiểu lầm anh là phụ nữ. Và mặc dù cô gắng hết sức, Marybeth quyết định cô chỉ là Marybeth. Khi cái cửa bị đóng sầm cho hậu thế, Damien tinh túy đến mức anh sẵn sàng làm một thằng khốn nạn, không phải ai cũng sẵn sàng làm con trai của một con chó cái.

"Bộ anh không chờ đợi, kiên nhẫn như một con chó con?"

"Em sủa, ngay cả khi không có người lạ ăn cà chua Roma gần luống vườn của anh."

"Đừng như vậy, Marybeth, anh tự xưng mình là một con chó, được không?"

"Em có một súng Remington trong túi, và khi anh không-xương chụp X-quang nó, anh có thể thấy rằng hai biểu tượng dương vật không nên dao hợp cao quý với vải lanh trắng—anh hiểu em muốn nói gì không?"

With Damien, this kind of play is always a gamble: either he will claim that she is, once again, trying to emasculate him, which will lead to hours of fighting and maybe end with mediocre make-up sex, or he will know that she's trying to emasculate him, which will turn him into her passive wind-up toy.

"Just get on all fours and bark at me with your mouth dripping with grass and saliva!"

He drops to his knees, looks up at her, his Marybeth, and pleads, "No."

Marybeth's dick is perfect, perfect like a well-polished Remington. She grabs a fistful of his soft hair. It feels sensual like a lake. "I won't repeat myself," she says.

He repositions his body so that it is more in a genuflected state than primal, which lends the possibility of repetition, which also allows the art of scolding to spread across her face like patches of sunlight behind dark clouds before a large, non-life-threatening storm. He purses his lips, flips his thin tongue out, eager.

He knows from the way Marybeth is gazing at him with such longing that she wants very much to superglue his soft hair near her bald head or behind her ears, but the power of his saliva quickly leaves her utterly powerless.

He releases the sweetest little bark. The bark sounds exactly like her name: Marybeth. Damien has never wished for a tail so much as he does in this one moment. A tail that can distinguish a backbone from a vertebra, a tail that knows how to wag back at perversity, a tail that spins out of control. Damien stops himself; this is not about his desire: this is only for Marybeth's pleasure.

At last, he announces, "I will tell Zeus that you said it would be okay for him to use me, my body, as a date rape drug." Despite his clear enunciation, Marybeth only hears barking. The song goes something along the line of: silver can't echo gold.

Damien is no longer Damien, but he is, he must be, only—golden and retrieving and his bark is true.

Đối với Damien, kiểu chơi này luôn luôn là một loại canh bạc: anh sẽ tuyên bố rằng—một lần nữa—cô ráng sức tính suy nhược anh. Điều này sẽ dẫn đến hàng giờ chiến đấu. Và có thể kết thúc bằng tình dục hòa giải tầm thường—mờ nhạt, không tốt lắm, không đã—hoặc anh sẽ để ý cô đang tính suy nhược anh; điều này sẽ biến anh thành món đồ chơi quấn lại thụ động của cô.

"Chỉ cần anh bò bốn chân và sủa với miệng chảy đầy cỏ và nước miếng!"

Anh khuyu gối, nhìn lên cô, Marybeth của anh, và van xin, "Không way, José!"

Dương vật của Marybeth thật hoàn hảo. Hoàn hảo như một súng Remington được đánh bóng kỹ lưỡng. Cô nắm chặt mái tóc anh mềm mại. Tóc gợi cảm giác cho cô như một hồ nước. "Em sẽ không lặp lại đâu anh," cô nói.

Anh di chuyển cơ thể để nó ở trạng thái như quỳ gối và [hơn] ban sơ—điều này cho phép cơ hội để được Xerox nhiều lần. Điều này cũng cho phép nghệ thuật cắn nhẳn lan tràn trên cả khuôn mặt cô, như những mảng ánh sáng thái dương đằng sau những đám mây đen—phía trước một bão lớn không đe dọa tính mạng. Anh mím môi, háo hức, tự lướt cái lưỡi mỏng ra.

Từ cách Marybeth đang nhìn anh, anh biết lòng ham muốn của cô làm cô rất muốn keo siêu dính mái tóc mềm mại của anh. Nhưng sức mạnh của nước miếng anh chạy nhanh nhẹn khiến cô hoàn toàn bất lực.

Anh tháo xiềng xích một cái sủa nhỏ ngọt ngào nhất. Âm thanh tiếng sủa kêu chính xác chỉ một tên: Marybeth. Damien chưa bao giờ muốn có một cái đuôi đến thế. Một cái đuôi có thể phân biệt xương sống với động vật. Một cái đuôi biết cách vẫy tay khi nghịch ngợm. Một cái đuôi quay như điên. Damien tự ngừng lại; đây không phải là mong muốn của anh: điều này chỉ dành cho điều vui thú của Marybeth.

Cuối cùng anh thông báo, "Anh sẽ nói với Zeus em đã nói rằng em đồng ý nếu Zeus mượn cơ thể của anh như một loại thuốc hiếp dâm hẹn hò." Mặc dù anh đã thông báo rõ ràng, Marybeth chỉ nghe tiếng sủa. Bài hát đi đúng hướng: bạc không thể vang vàng.

Damien không còn là Damien nữa. Anh vẫn còn—duy nhất—anh là vàng, chó tha mồi, và tiếng sủa của anh không giả tạo.

LẤP KHÍT FIST

Lâu lắm rồi chó không tắm nên hôm nay anh starts to bốc mùi. Marybeth will tắm nó.

Marybeth has luôn luôn muốn a con chó, but this isn't how she tưởng tượng she'd get her pet đầu tiên. Especially, when she knows she can't use một cổ áo nghẹt thở on it. She feels kỳ calling it Damien, but she thinks it is even kỳ lạ hơn to not call it Damien, so for the vài tháng đầu tiên, she just called it "Cu Tèo," but that was wrong too, and so she switched to "Trinh Nữ," which was absolutely perfect.

But then—one thứ bảy she hết hy vọng, as torn apart by the animal sense of ác cảm nhọn to đâm thủng, and has to dog-ear a quyển sách she is reading and asks the page if it is trung lập giới tính, as in not Latin.

Trinh Nữ nudges his wet nose under Marybeth's hand; his affection is cầm thú thế lực. His snout thương xót her long attraction for nhà chiến lược quân sự, such as Julius Caesar, which is capable of letting a dog's mùi đi lang thang tự do without miễn cưỡng. Trinh Nữ pulls his head back, only to lao thẳng vào mũi into her palm again. Marybeth is going to pet him: she might be human, but he has quyết tâm on his side—and the shiniest, mềm nhất, prettiest pelt of hair. It is a chiến tranh that can't be won on cả hai mặt: taste and mùi.

Trinh Nữ lets out a tiny rên rỉ and looks at Marybeth with đôi mắt đáng thương hại. Marybeth wants to vị giác him or at least places her lưỡi on one of Trinh Nữ's yearnful nhãn cầu since it has become sexually fashionable to lick eyeballs for vội vàng intimacy. "I know what you want, Trinh Nữ," Marybeth says, "and I'll give it to you, but you know there's always a thiệt hại không chính thức."

lấp khít = tight

lâu lắm rồi = it has been a long time
chó không tắm = dog hasn't bathed
nên hôm nay = so today
bốc mùi = emits an odor
tắm = shower
nó = it
luôn luôn muốn = always want
con chó = dog
tưởng tượng = imagine
đầu tiên = first
một cổ áo nghẹt thở = choke collar
kỳ = weird
kỳ lạ hơn = weirder
vài tháng đầu tiên = first few months
cu tèo = little penis
trinh nữ = virginal/girl
thứ bảy = Saturday
hết hy vọng = feels forlorn
ác cảm nhọn = acute aversion
đâm thủng = penetration
quyển sách = book
trung lập giới tính = gender neutral
cẩm thú thế lực = brute force
thương xót = commiserate
nhà chiến lược quân sự = military strategists
mùi = odor
đi lang thang tự do = roam freely
miễn cưỡng = reluctance
lao thẳng vào mũi = nosedive
quyết tâm = determination
mềm nhất = softest
chiến tranh = war
cả hai mặt = both sides
mùi = odor
rên rỉ = whimper
đôi mắt = eyes
đáng thương hại = piteous
vị giác = taste
lưỡi = tongue
nhãn cầu = eyeballs
vội vàng = immediate/hurried
thiệt hại không chính thức = price

The part khó nhất each day for Marybeth is to place lòng trung thành trên một quy mô and desertion on the other as she watches it bập bênh each other.

Trinh Nữ sủa, once. Which seems more classically trained than Damien's sủa. Bảy tháng rưỡi qua, Marybeth has watched this dog become giống con dog more và more, less và less of Damien, and she wonders how much of her bạn trai cũ remains trong đó. Nói về mặt âm học, sound isn't a type of thế hệ con cháu—it doesn't celebrate a vang as một phôi thai. But, she is cũng tích cực that this dog isn't just a dog, that he is vẫn Damien, and if she's being honest about it, Trinh Nữ fetches her cực khoái, whereas Damien was unhuấn luyệnable to learn that— thus, không bao giờ.

Dressed như một tiếng vang, after she gets out of the vòi sen—naked, exposing her mammothic satellites, Trinh Nữ barks nhỏ liên tiếp. He spins around in siêu năng động circles—Marybeth cannot even believe that chó thực sự đuổi theo đuôi của chúng nó!—and dashes over to his tô nước, barking, pleading, and then he sits, patiently, như một con chó ngoan ngoãn.

While his eyes orbit around her body, she giật mạnh the mascara from its ống bên trong tối, and prostrates before Trinh Nữ, dự tính if she should ornament his bên phải first or bên trái. Trinh Nữ sits very rất yên lặng, except for his tail, which he vẫn chưa học được phương pháp to control it yet.

khó nhất = hardest
lòng trung thành trên một quy mô = loyalty on a scale
bập bênh = seesaw
sủa = bark
bảy tháng rưỡi qua = in the past seven and a half months
gióng = like
con = a/an
và = and
bạn trai cũ = old boyfriend
trong đó = in there
nói về mặt âm học = acoustically speaking
thế hệ con cháu = progeny
vang = echo
một phôi thai = embryo
cũng = also
tích cực = positive
vẫn = still
cực khoái = orgasm
un+huấn luyện+able = untrainable
không bao giờ = never
như một tiếng vang = like an echo
vòi sen = shower
nhỏ liên tiếp = small succession
siêu năng động = hyperactive
chó thực sự đuổi theo đuôi của chúng nó = dogs actually
    chase their own tails
tô nước = water bowl
như một con chó ngoan ngoãn = like a good/docile dog
giật mạnh = yanks
nó = it
ống bên trong tối = dark inner tube
dự tính = contemplating
bên phải = right side
bên trái = left side
rất yên lặng = very still
vẫn chưa học được phương pháp = still hasn't learned how

"This is designed to make your eyeballs hấp dẫn hơn to me," she tells him with
some degree of chắc chắn, though her giọng nói masks a small amount of khinh
thường, not reserved chỉ for him một mình, but for the possibility of another chủ
chó who doesn't believe in nghệ thuật sound bites. "Now keep your eyes mở and
nhìn lên and to your right, no, your right, ngoan, ngoan."

Damien has never been good at following instructions and she nghi ngờ that
Trinh Nữ isn't either, but even when ungoverned authority is đã định rõ between
a slave and master, điều quan trọng nhất here is patience, which often đến from
love and not from abuse.

Marybeth should be giỏi hơn at this by now, but as she reaches towards Trinh
Nữ's lashes, she sees her tay is shaking. Không khỏi hoang mang, sợ hãi, or Par-
kinson's, but a pure phản chiếu of how hard it is to walk the nhỏ nhất, ngắn nhất
horizontal chimney broom across sợi dây vô hình của không khí: balance is hard.

It's not just hard; Marybeth has bested much thử nghiệm ấn tượng hơn than this,
but applying mascara to your once-boyfriend who is now a girl-dog, bằng cách
nào đó, that seems not hard, no, không khó gì hết. It's đầu óc lông bông. It's buồn
cười khúc khích. Naturally, she đâm vào mắt trái, smearing it like a người cạo ống
khói and he responds by pooling it with những giọt nước mắt, which can easily
be mistaken for nỗi buồn hay nỗi đau from the first time he caught her cheating
on him with the chàng giao hàng pizza two blocks down the cửa hàng cũ rượu.

hấp dẫn hơn = more attractive

chắc chắn = sureness; assertiveness

giọng nói = voice

khinh thường = contempt

chỉ = just

một mình = alone

chủ chó = dog owner

nghệ thuật = artistic

mở = open

nhìn lên = look up

ngoan ngoan = good

nghi ngờ = suspects

đã định rỏ = asserted

điều quan trọng nhất = the key

đến = arrives

giỏi hơn = better

tay = hand

không khỏi hoang mang, sợ hãi = not from panic, fear

phản chiếu = reflection

nhỏ nhất = smallest

ngắn nhất = shortest

sợi dây vô hình của không khí = the invisible tightrope of
    air

thử nghiệm ấn tượng hơn = more impressive trials

bằng cách nào đó = somehow

không khó gì hết = not hard at all

đầu óc lông bông = ridiculous

buồn cười khúc khích = ridiculous

đâm vào mắt trái = stabbed his left eye

người cạo ống khói = chimney cleaner

những giọt nước mắt = tears

nỗi buồn hay nỗi đau = sorrow or pain

chàng giao hàng = delivery guy

cửa hàng cũ rượu = liquor store

"Chó chết! Look at what you made me do!" Marybeth yells and grips the cây đũa phép mascara into a tight fist. Khóc bằng một bên mắt, Trinh Nữ doesn't even attempt to blink back cơn gió mùa nhỏ of ocular pain that has forecasted the bán cầu trái of his canine world: he let it drip like mật ong từ thìa. Black honey on her cream carpet mới tinh. She turns to the bồn tắm and để ý that it is spilling over— she hoàn toàn lãng quên to turn vòi nước off after she climbs into the shower để rửa sạch the pedigree of bọt.

chó chết = damn it
cây đũa phép = wand
khóc bằng một bên mắt = crying with one eye
cơn gió mùa nhỏ = small monsoon
bán cầu trái = left hemisphere
mật ong từ thìa = honey from a spoon
mới tinh = brand new
bồn tắm = bathtub
để ý = notice
hoàn toàn lãng quên = completely forgotten
vòi nước = faucet
để rửa sạch = wash away
bọt = foam

TIGHTFIST

Marybeth's dog stinks. He needs a bath immediately.

She had always wanted a dog, but this isn't how she imagined she'd get her first pet. Especially, when she knows she can't use a choke collar on it. She'd felt weird calling it Damien, but she thought it was even weirder to not call it Damien.

So, for the first few months, she just called it "Boy," but that was wrong too, and so she switched to "Girl," which was absolutely perfect. Until one Saturday, she suddenly fell into despair, as torn apart by the animal sense of acute aversion to penetration. She had to mark the book she was reading with dog ears and ask if the page was gender neutral. But Latin always tends to have heteronormative letters.

Girl nudges his wet nose under Marybeth's hand, brute-forcing affection. His snout commiserates her long attraction for military strategists, such as Julius Caesar, who are capable of letting a dog's odor roam freely without ostentatious resistance.

Girl pulls his head back, only to dive under her palm again. Marybeth is going to pet him: she might be human, but he has determination on his side—and the shiniest, softest, prettiest pelt of hair. It is a war that can't be won on both sides: taste and odor.

Girl lets out a tiny whimper and looks at Marybeth with honestly pathetic eyes. Marybeth wants to taste him or at least place her tongue on one of Girl's yearnful eyeballs since it has become sexually fashionable to lick eyeballs for immediate intimacy.

"I know what you want, Girl," Marybeth sincerely says, "and I'll give it to you, but you know there's always a price."

NHÓM NĂM NGƯỜI ANH KHÔNG CHÍNH THỨC

Lâu lắm rồi chó không tắm nên hôm nay anh bắt đầu bốc mùi. Marybeth sẽ tắm cho nó.

Marybeth luôn luôn muốn một con chó. Nhưng cô không bao giờ tưởng tượng rằng cô sẽ sắm được một con vật cưng đầu tiên. Chủ yếu khi cô biết rằng mình không thể khai thác một cổ áo nghẹt thở. Cô cảm thấy kỳ lạ khi gọi nó là Damien, nhưng cô nghĩ rằng việc không gọi nó là Damien thậm chí còn kỳ lạ hơn.

Vì vậy, trong vài tháng đầu tiên, cô chỉ gọi nó là "Cu Tèo." Nhưng điều đó cũng sai, và vì thế cô đã chuyển sang "Trinh Nữ." Tên này tuyệt đối hoàn hảo. Cho đến một ngày thứ bảy, cô đột nhiên rơi vào thất vọng—như bị giằng xé giữa giác quan quái vật và sự gớm nhọn đâm thủng. Cô phải đánh dấu cuốn sách cô đang đọc với lỗ tai chó và hỏi nếu trang đó có đúng giới tính trung lập hay không. Chứ Latinh luôn luôn xu hướng với chữ dị chuẩn.

Để ép buộc thân thiện, Trinh Nữ chỏ mũi ẩm ướt dưới bàn tay của Marybeth. Chiếc mỏ của Trinh Nữ có tài giỏi để thu hút vô tận những chiến lược gia quân sự như Julius Caesar, người có khả năng thả mùi chó đi lang thang tự do mà không cần nô lệ phô trương.

Trinh Nữ rút đầu lại, rồi lặn xuống dưới lòng bàn tay cô một lần nữa. Marybeth sẽ cưng nựng anh: cô có thể là người tinh khôn. Nhưng anh có quyết tâm sắc sảo và một chùm tóc bóng nhất, mềm nhất, đẹp nhất thế giới. Đó là một cuộc chiến không phân biệt thắng bại cả hai bên: vị giác và mùi vị.

Trinh Nữ thở ra một tiếng khóc nhỏ xíu và nhìn Marybeth với đôi mắt thành thật đáng thương. Liếm nhãn cầu đã trở thành xu hướng tình dục mô đen để vội vàng truyền sự thân mật. Vì vậy, Marybeth khao khát muốn nếm thử và đặt lưỡi của mình trên nhãn cầu của anh.

"Em đã biết anh muốn gì, Trinh Nữ ơi," Marybeth thiệt lòng nói, "và anh đừng lo, em sẽ làm cho anh thỏa mãn. Nhưng sự thỏa mãn đó luôn luôn có một thiệt hại đáng sợ."

The hardest part each day for Marybeth is to place loyalty on one scale and deser-
tion on the other as she watches it see-saw. Girl barks, once. Which seems more
classically trained than Damien's bark. For the past seven and a half months, Ma-
rybeth has watched this dog become more and more dog, less and less Damien,
and she wonders how much of her old boyfriend remains in there.

Acoustically speaking, sound isn't a type of progeny—it doesn't celebrate an echo
as an embryo. But she also is positive that this dog isn't just a dog, that he's still
Damien, and if she's being honest about it, Girl can make her orgasm, whereas
Damien never could—ever.

Dressed as an echo, after she gets out of the shower, naked, exposing her mam-
mothic satellites, Girl barks in small successions. He spins around in hyperactive
circles—Marybeth cannot even believe that dogs actually chase their own tails!—
and dashes over to his water bowl, barking, pleading, and then he sits, patient,
like a good dog.

While his eyes orbit around her body, she yanks the mascara from its dark inner
tube, and prostrates before Girl, contemplating if she should do his right side first
or left.

Girl sits very, very still, except for his tail, which he hasn't learned how to control
yet. "This is designed to make your eyeballs more attractive to me," she tells him
with some degree of assertion, though her voice masks a small amount of con-
tempt, not reserved for him alone, but for the possibility of another dog owner
who doesn't believe in artistic sound bites.

"Now, keep your eyes open and look up and to your right, no, your other right,
good."

Đối với Marybeth, phần khó nhất mỗi ngày là khi cô lưỡng lự giữa hai quy mô: một bên dĩa cân cô đặt lòng sốt sắng, bên kia sự đào ngũ. Trinh Nữ sủa một lần. So với Damien, tiếng sủa của Trinh Nữ được huấn luyện theo cổ điển hơn. Trong bảy tháng rưỡi qua, Marybeth đã theo dõi con chó này. Càng ngày chó trở thành chó nhiều hơn, và Damien càng ngày càng ít Damien hơn. Và cô tự hỏi: liệu bao nhiêu phần trăm người bạn trai cũ của cô còn tồn tại trong đó?

Nói về mặt âm học, âm thanh không chỉ là một dạng dòng máu—nó không đánh dấu tiếng vang như một phôi thai. Nhưng cô chắc chắn rằng con chó này không chỉ là một con chó, thật sự nó vẫn là Damien. Và nếu nói về khuôn mặc chân lý, Trinh Nữ có thể làm cho cô đạt được sảng khoái, trong khi Damien, huấn luyện bao nhiêu, cũng không bao giờ đạt được.

Ăn mặc như một tiếng vang, sau khi ra khỏi phòng tắm, trong khi khỏa thân, Trinh Nữ tình cờ lộ vú ra và cô cứ sủa liên tiếp. Anh ta quay xung quanh trong vòng tròn siêu hoạt động. Marybeth không thể dựa vào cạnh góc của thực tế hay những gì mình đang nhìn thấy: đấy là một con chó đang đuổi theo đuôi của chính nó. Trinh Nữ chạy tới bát nước. Anh sủa và nài nỉ. Rồi vài phút sau anh ngồi ngoan ngoãn như một con chó kiên nhẫn.

Trong khi đôi mắt anh quay quanh cơ thể cô, từ trong ống bóng tối cô giật mạnh cây mascara ra. Và Marybeth quỳ gối trước mặt anh Trinh Nữ. Cô phân vân cô nên làm đẹp trước mí phải hay trái của con chó này.

Ngoại trừ cái đuôi, Trinh Nữ ngồi rất, rất yên tĩnh. Vì thế, anh vẫn chưa học cách chỉ huy nó. "Cây mascara này đại diện ấn tượng nghệ sĩ của em để làm cho nhãn cầu của anh hấp dẫn hơn," Cô nói. Với một mức độ khẳng định, mặc dù giọng nói của Marybeth che giấu một chút khinh thường (không dành riêng cho anh), mà cho một người chủ chó khác với lòng không tin cậy âm thanh nghệ thuật.

"Bây giờ anh hãy mở to mắt và nhìn lên phía bên này. Không phải. Bên kia đi. Ngoan ngoan đi cưng."

Damien has never been good at following instructions and she suspects that Girl isn't either, but even when ungoverned authority is asserted between a slave and master, the key here is patience, which often arrives from love and not from abuse. Marybeth should be better at this by now, but as she lifts the mascara towards Girl's lashes, she sees her hand is shaking. Not from panic, fear, or Parkinson's, but a pure reflection of how hard it is to walk the smallest and shortest horizontal chimney broom across the invisible tightrope of air: balance is hard.

It's not just hard; Marybeth has bested much more impressive trials than this, but applying mascara to your once-boyfriend who is now a girl-dog, somehow, that seems not hard, no, not hard, but ridiculous.

Naturally, she stabs his left eye, smearing it like a chimney cleaner and he responds by pooling it with tears, which can easily be mistaken for sorrow or pain from the first time he caught her cheating on him with the pizza delivery guy two blocks down the old liquor store.

"Damn it, Girl! Look at what you made me do!" Marybeth yells and grips the mascara wand into a tight fist.

Crying with one eye, Girl doesn't even attempt to blink back the small monsoon of ocular pain that has forecasted the left hemisphere of his canine world: he let it drip like honey from a spoon. Black honey on her brand-new cream carpet. She turns to the bathtub and notices that it is spilling over—she forgot to turn off the faucet after she climbed into the shower to wash away the pedigree of foam.

Marybeth nghi ngờ rằng Trinh Nữ, giống như Damien, không giỏi làm theo hướng dẫn của cô. Nhưng ngay cả khi nhà quyền thế vô kỷ luật được khẳng định giữa nô lệ và chủ nhân, chìa khóa ở đây là sự kiên nhẫn. Sự kiên nhẫn thường thường đến từ tình yêu chứ không phải từ ép buộc. Marybeth đơn nhiên cần phải giỏi hơn. Nhưng khi cô xử lý lông mi của Trinh Nữ, cô thấy tay mình run như tàu lá. Cô run không phải do hoảng sợ, sợ hãi hay bệnh Parkinson, mà là sự phản ánh nguyên chất của việc khó khăn để dịu chiếc chổi ống khói ngang nhỏ nhất và ngắn nhất vượt qua một vùng không khí bị siết chặt vô hình. Cân bằng là khó khăn.

Nó không chỉ khó. Marybeth đã chiếm lấy được nhiều thử thách tuyệt vời hơn việc này. Nhưng việc chuốt mascara cho bạn trai (gạch nối) cũ, hiện là một cô (gạch nối) chó, bằng cách nào đó. Điều đó có vẻ không khó, không có khó, không khó, mà thật sự tiếu lâm, vô lý.

Vì thế cô vô tình đâm mắt trái của Trinh Nữ, làm nó nhòe đi như một người làm sạch ống khói. Anh đáp lại với nước khóc, một vũng nước mắt thường bị nhầm lẫn với nỗi buồn hoặc đau đớn. Nhưng sự đau đớn này có nguồn từ ngày Damien bắt gặp cô ngoại tình với anh chàng giao bánh pizza vài dãy nhà của tiệm hàng rượu cũ.

"Chó chết! Hư quá. Nhìn kìa. Mày gây cho ta làm hư hỏng việc rồi!" Marybeth hét lên và nắm chặt cây mascara.

Khóc với một bên mắt, Trinh Nữ cố gắng giữ nước mắt đầy gió mùa của cơn đau trong lòng, một cơn mưa dự báo bán cầu trái chó của thế giới Trinh Nữ. Anh để nó rơi từng giọt như mật ong từ thìa. Mật ong đen chảy xuống thảm kem mới toanh của cô. Cô quay lại bồn tắm và nhận thấy rằng nước đang tràn ra—cô đã quên tắt vòi sau khi leo vào bồn để rửa sạch bọt.

TIMBER & LỤA

He seems hỗn loạn that she wouldn't muốn to be addicted to him.

"It's hoàn toàn fine," he insists. But it's not: they both know that it's easier to skin a con báo hoa mai when it's not running very nhanh. "I don't know why you think I think everything's luôn luôn wrong, when it's not, nothing's sai, everything's đúng, right đúng right, just đúng and tuyệt vời, that's what I always say, phải không em?"

Marybeth has been walking Damien around the phòng khách with a dog collar latched to his cổ họng and she is mệt mỏi.

Not by her lựa chọn, not anymore, but he prefers his chiếc áo cổ lọ cũ more than linen, more than Ai Cập cotton, even more than lông cừu, and definitely more than vải nỉ. He has chưa bao giờ been able to convey his preference, even when he was human, and so he suy nghĩ: how would she biết được now?

She ném the leash's woven handle onto the sàn gạch bẩn thỉu and says, "Trời ơi! I'm bored rồi."

lụa = silk

hỗn loạn = agitated/perplexed
muốn = want
hoàn toàn = completely
con báo hoa mai = leopard
nhanh = fast
luôn luôn = always
sai = wrong
đúng = right
tuyệt vời = wonderful
phải không em = is that right
phòng khách = living room
cổ họng= throat
mệt mỏi = tired
lựa chọn = choice
chiếc áo cổ lọ cũ = old flea collar
Ai Cập = Egyptian
lông cừu = fleece
vải nỉ = flannel
chưa bao giờ = never
suy nghĩ = contemplates
biết được = know
ném = throws
sàn gạch bẩn thỉu = dirty tile floor
trời ơi = oh God
rồi = already

Damien wags his đuôi, snaking it nhẹly as if it were a fake pelt that could bò từ từ like a river. Nếu he stands there đủ lâu, just staring, he knows she will chiều lòng him. Có lẽ she would lột da a banana trước mặt and lung lay its skin so it is vô âm, a banana chuông dome without a chuông to vang out its potassium không ngủ yên. Damien không biết tại sao this amuses her so much, but he assumes that Marybeth needs a nghi lễ to thực hiện and the ngu ngốcest part of her must tin rằng that if she rings đủ banana bells, she'll be capable of manipulating thời gian.

Better yet, she could lắc the banana trees to trốn khỏi their subtropical sanatorium and đi ngay vào this living room to tell chuyện ma quái about zombies who love to move in nhóm chung.

Better yet, she could ấp ủ a banana embryo in her womb and after chín months she'd have herself a dương vật banana. The tồi tệest part is that she lo that while dừa trees are capable of growing âm nang at the base of their cao-giraffe cổ, her banana-based penis may be lacking in true pulpy hòn dái which are visibly quan trọng to her.

đuôi = tail

nhẹ + ly = lightly

bò từ từ = crawl slowly

nếu = if

đủ lâu = long enough

chiều lòng = meet his desire

có lẽ = perhaps

lột da = peel

trước mặt = in front of him

lung lay = shake

vô âm = soundless

chuông = bell

vang = ring

không ngủ yên = restless

không biết tại sao = doesn't know why

nghi lễ = ritual

thực hiện = perform

ngu ngốc + est = stupidest

tin rằng = believe

đủ = enough

thời gian = time

lắc = shake

trốn khỏi = sneak out

đi ngay vào = walk right into

chuyện ma quái = ghost stories

nhóm = clusters

chung = together

ấp ủ = sprout

chín = nine

dương vật = penis

tồi tệ + est = worst

lo = worries

dừa = coconut

âm nang = scrotum

cao = tall

cổ = neck

hòn dái = testicle

quan trọng = important

Hoặc, better yet, she could biến her boyfriend into a vàng retriever. The nữ quyền in her wants to mở điện on reverse feminism bằng asking him, "What do you muốn? To be a chuối penis or a retriever vàng?"

Damien starts sủaing and the sủa crescendos into ngừ ngừs and the ngừ ngừs hold a thousand chó-years of tuyệt vọng, which, công bằng mà nói, isn't really that many human năm, but he bỏ phí tài năng for math shortly before he lost the use of his opposable ngón tay cái.

His barking is also quá young, as in "still còn em bé," which có nghĩa that it is only capable of bòing towards her sonically, and so by the time the sound of its cao pitchness arrives to her ears, she has quênen what it is like to sếp quần áo.

For nhiều years, Damien has ước rằng she would mướn a dog-whisperer, or, at the very least, tham gia in devising a phương pháp for systematic communication giữa species. Every time he created a khuôn mẫu mới, she'd ring that lưu manh banana bell, and he wonders if she ever nhớ his voice, its gỗ, its lụa.

Hiện nay, it's too late, he reasons, since he knows she có khả năng of telecommunicating with technology but không với anh, and it goes without saying that if she wants a pregnant máy sấy to spit out a vô đạo đức sock(gạch)dương vật, it would spit such a ngôn ngữ out without sủaing.

hoặc = or

biến = turn

vàng = golden

nữ quyền = feminist

mở điện = turn on the electricity

bằng = by

muốn = want

chuối = banana

vàng = golden

sủa + ing = barking

sủa = bark

ngừ ngừ + s = growls

chó = dog

tuyệt vọng = despair

công bằng mà nói = to be fair

năm = years

bỏ phí tài năng = lost his capacity

ngón tay cái = thumbs

quá = too

còn em bé = an infant

có nghĩa = means

bò + ing = crawling

cao = high

quên + en = forgotten

sếp quần áo = fold laundry

nhiều = many

ước rằng = wished that

mướn = hire

tham gia = participate

phương pháp = method

giữa = between

khuôn mẫu mới = new paradigm

lưu manh = damn

nhớ = remember

gỗ = timber

lụa = silk

hiện nay = now

có khả năng = is capable

không với anh = not with him

máy sấy = dryer

vô đạo đức = crooked

gạch = dash

dương vật = penis

ngôn ngữ = language

sủa + ing = barking

"Chà, are you going to nói gì đó or chỉ go on barking?"

Then perhaps it's due to lười biếng, but she is đẹp certain that after the barking, she can hear lờ mờ him nóiing, "The House of Ho."

She jumps xuống khỏi the couch, one tay covering her surprised miệng and the other dropping nửa of an over-thúi banana, which smashes into một đống bột next to Damien's paws. It's only an omen, she nghi ngờ, when Damien is so willing to take the banana to the next level of bananahood, which is where a đoàn of banana breads nằm on Marybeth's kitchen counter like dẻo coffins.

Bởi vì Damien has never seen Marybeth thực hiện the damsel-gặp-distress, he pulls every cơ bắp taut into a haipedal stance and prays for bà fairy đỡ đầu to perform alchemy, chỉ một lần này thôi and he'll never đòi hỏi for anything else nữa, he pinky-thề it—with his ngón út-paw.

The fairy godbà appears right lập tức, arriving in the form of a diet and giải trí with wand and đồ kẹp tóc, biếning his wish into a vô liêm sỉ religion which encompasses both hy vọng and vọnglessness.

Và, as for Marybeth?

As if waiting unexpectedly, Marybeth's door vangs a natural human vang, one not born từ âm hộ banana nor of bàtiênness.

chà = well
nói gì đó = say something
chỉ = just
lười biếng = lazy
đẹp = pretty
lờ mờ = faintly
nói + ing = saying
xuống khỏi = off
tay = hand
miệng = mouth
nửa = half
thúi = ripe
một đống bột = a pile
nghi ngờ = suspects
đoàn = cluster
nằm = reside
dẻo = soft
bởi vì = because
thực hiện = perform
gặp = in
cơ bắp = muscle
hai + pedal = bipedal
bà đỡ đầu = godmother
chỉ một lần này thôi = just this once
đòi hỏi = ask
nửa = again
thề = swear
ngón út = pinky
god + bà = godmother
lập tức = immediately
giải trí = entertainment
đồ kẹp tóc = barrette
biến + ing = turning
vô liêm sỉ = decadent
hy vọng = hope
vọng + lessness = hopelessness
và = and
vang + s = rings
vang = ring
từ = from
âm hộ = pussy
bà tiên + ness = fairy godmotherness

TIMBER & SILK

He seems agitated that she wouldn't want to be addicted to him.

"It's totally fine," he insists. But it's not: they both know that it's easier to skin a leopard when it's not running very fast. "I don't know why you think I think everything's always wrong, when it's not, nothing's wrong, everything's right, right right right, just right and dandy, that's what I always say, isn't it?"

Marybeth has been walking Damien around the living room with a dog's collar latched to his throat and she is tired.

Not by her choice, not anymore, but he prefers his old flea collar more than linen, more than Egyptian cotton, even more than fleece, and definitely more than flannel. He has never been able to convey his preference, even when he was human, and so he contemplates: how would she know now?

She tosses the leash's woven handle onto the cheap tile floor and says, "I'm bored now."

Damien wags his tail, snaking it lightly as if it were a fake pelt that could move slowly like a river.

If he stands there for long enough, just staring, he knows he'll get his way with her. Like she would peel a banana in front of him and shake its skin so it is soundless, a banana bell dome without a bell to ring out its restless potassium. Damien doesn't know why this amuses her so much, but he assumes that Marybeth needs a ritual to perform and the stupidest part of her must believe that if she rings enough banana bells, she'll be capable of manipulating time.

Better yet, she could ring the banana trees to sneak out of their subtropical sanatorium and walk right into this living room to tell ghost stories about zombies who love to move in clusters.

Better yet, she could sprout a banana embryo in her womb and after nine months she'd have herself a banana penis.

GỖ & LỤA

Anh có vẻ hỗn loạn bởi vì cô không muốn điên cuồng về anh.

Anh nhấn mạnh lời nói, "Hoàn toàn ổn." Nhưng không như vậy: cả hai, Anh Damien and cô Marybeth, đều biết rằng việc lột da con báo hoa mai dễ dàng hơn khi nó không chạy nhanh. "Anh không biết tại sao em lại nghĩ rằng anh luôn luôn sai, khi anh không bao giờ sai. Điều gì cũng ổn hết. Không có gì sai. Mọi thứ đều đỉnh, tuyệt vời. Đó là những gì anh cứ lặp đi lặp lại đến tận cùng của thời gian, phải không em?"

Marybeth đang dắt Damien quanh phòng khách với chiếc vòng cổ buộc chặt vào cổ họng anh và cô ấy cảm thấy mệt mỏi.

Đó không phải sự lựa chọn của cô nữa. Nhưng anh thích chiếc áo cổ lọ cũ hơn vải lanh, hơn vải cotton Ai Cập, thậm chí hơn lông cừu và chắc chắn hơn vải nỉ. Anh chưa bao giờ có thể truyền đạt sở thích của mình cho cô biết, ngay cả trước khi anh biến thành con chó. Và vì vậy anh ta suy nghĩ: lần này làm sao cô biết được chứ?

Cô ném tay sợi dây xích xuống sàn gạch bẩn thỉu và nói, "Trời ơi tôi chán quá!"

Damien vẫy đuôi, ngoắc ngoắc nhẹ nó như một cục thịt giả có thể bò từ từ như một dòng sông.

Nếu anh đứng đó đủ lâu, chỉ nhìn chằm chằm, anh biết cô sẽ chiều lòng anh. Có lẽ cô sẽ lột da chuối trước mặt anh và lung lay vỏ để nó vô âm. Một mái vòm hình quả chuối không có chuông để vang ra lượng kali không ngủ yên. Damien không biết tại sao điều này lại khiến cô thích thú thế. Anh nghĩ rằng Marybeth cần một nghi lễ để thực hiện hưởng thụ này. Và phần ngu ngốc nhất của cô phải tin rằng nếu cô rung đủ chuông chuối, cô sẽ có tài năng điều khiển thời gian.

Thuận lợi hơn, cô có thể lắc chuông để trốn khỏi khu dưỡng cận nhiệt đới và đi ngay vào phòng khách để kể chuyện ma quái về những người chết đi bộ mà thích di chuyển theo từng nhóm.

Thuận lợi hơn nữa, cô có thể ấp ủ chuối trong bụng cho chín và chín tháng sau, cô sẽ nở ra một dương vật chuối.

The worst part is that she worries that while coconut trees are capable of growing scrotums at the base of their high-giraffe necks, her banana-based penis may be lacking in true pulpy testicles which are visibly important to her.

Or, better yet, she could turn her boyfriend into a golden retriever. The feminist in her wants to switch on the electricity of reverse feminism by asking him, "What do you want? To be a banana penis or a golden retriever?"

Damien starts barking and the barks crescendo into growls and the growls hold a thousand dog-years of despair, which, to be fair, isn't really that many human years, but he lost his capacity for math shortly before he lost the use of his opposable thumbs.

His barking is also too young, as in "still an infant," which means that it is only capable of crawling towards her sonically and so by the time the sound of its high pitchness arrives to her ears, she has forgotten what it is like to fold laundry.

For years, Damien has wished she would hire a dog-whisperer, or, at the very least, participate in devising a method for systematic communication between species. Every time he creates a new paradigm, she rings that damn banana bell, and he wonders if she ever remembers his voice, its timber, its silk.

It's too late now, he reasons, since he knows she is capable of telecommunicating with technology but not with him, and it goes without saying that if she wants a pregnant dryer to spit out a crooked sock-penis, it would spit such a language out without barking.

"Well, are you going to say something or just go on barking?"

Then perhaps it's due to laziness, but she is pretty certain that after the barking, she can faintly hear him saying, "The House of Ho."

She jumps off of the couch, one hand covering her surprised mouth and the other dropping half of an over-ripe banana, which smashes into a pile next to Damien's paws. It's only an omen, she suspects, when Damien is so willing to take the banana to the next level of bananahood, which is where a cluster of banana bread resides on Marybeth's kitchen counter like soft coffins.

Hay đúng hơn, phần tồi tệ nhất là khi cô lo rằng cây dừa có khả năng phát triển âm nang ở gốc cao cổ của con hươu cao cổ. Dương vật của cô, dựa trên quả chuối, có thể thiếu hòn dái sền sệt. Đối với cô, việc đó thực sự quan trọng.

Hoặc, tốt hơn, cô có thể biến bạn trai của mình thành một chú chó săn vàng. Nữ quyền trong cô muốn mở điện chủ nghĩa nữ quyền ngược bằng cách hỏi anh, "Anh muốn gì? Anh muốn trở thành một dương vật chuối hay một chú chó săn vàng?"

Damien bắt đầu sủa và tiếng sủa tăng cao dần dần thành tiếng chó ngừ ngừ và tiếng chó ngừ ngừ chứa đầy nỗi tuyệt vọng ngàn năm của loài chó. Công bằng mà nói, ngàn năm cũng không bao nhiêu năm đối với loài người. Trước khi Anh bỏ phí tài năng dùng ngón tay cái đối lập, anh đã đánh mất năng khiếu tính toán.

Tiếng sủa của anh còn quá trẻ như "đứa trẻ sơ sinh." Có nghĩa là bé chỉ có khả năng bò về phía cô một cách nhẹ nhàng. Và vì vậy khi âm thanh có cường độ cao của bé đến tai cô, cô đã quên cách sếp quần áo rồi.

Trong nhiều năm, Damien đã ước rằng cô sẽ mướn một người rành mạch chó. Hoặc ít nhất, tham gia vào việc động não về một phương pháp hệ thống trao đổi giữa các loài. Mỗi lần anh tạo ra một khuôn mẫu mới, cô reo cái chuông chuối lưu manh đó, và anh tự hỏi liệu cô có bao giờ nhớ giọng nói của anh không: gỗ của nó, lụa của nó?

Bây giờ đã quá muộn, anh đã hình dung và nghĩ cô có khả năng viễn thông với công nghệ, nhưng không bao giờ với anh. Quá rõ ràng nếu cô muốn máy sấy mang thai khạc nhổ ra một chiếc dương vật vớ vô đạo đức, nó phải khạc nhổ ra một thứ ngôn ngữ vô sủa.

"Chà, anh định nói gì đó hay anh chỉ muốn sủa liên tiếp?"

Sau đó, do lười biếng, cô chắc chắn rằng khi cái đuôi của tiếng sủa chấm dứt, cô có thể lờ mờ nghe thấy anh nói, "Triều Đại Hồ."

Cô nhảy vọt xuống khỏi chiếc ghế dài. Một tay che miệng ngạc nhiên và tay kia bỏ rơi nửa quả chuối thúi và nó trở thành một đống bột bên cạnh bàn chân thú của Damien. Khi Damien sẵn sàng đưa quả chuối lên đỉnh cấp độ chuối, cô nghi ngờ đó chỉ là một điểm báo. Trên quầy bếp của Marybeth cũng là nơi một đoàn bánh mì chuối nằm giống như những chiếc quan tài dẻo.

Because Damien has never seen Marybeth perform the damsel-in-distress, he pulls every muscle taut into a bipedal stance and prays for a fairy godmother to perform alchemy, just this once and he'll never ask for anything else again, he pinky-swears it—with his pinky-paw.

The fairy godmother appears right away, arriving in the form of a diet and entertainment with wand and barrette, turning his wish into a decadent religion which encompasses both hope and hopelessness.

And, as for Marybeth?

As if waiting unexpectedly, Marybeth's door rings a natural human ring, one not born of banana pussy nor of godmotherness.

Bởi vì Damien chưa bao giờ thấy Marybeth thực hiện cảnh thiếu nữ gặp gian nan, anh kéo từng cơ bắp săn lại để bốn chân thanh hai và cầu nguyện cho bà tiên đỡ đầu. Bà sẽ thực hiện thuật giả kim cho anh, chỉ một lần này thôi, và anh sẽ không bao giờ đòi hỏi bất cứ điều gì khác nữa—anh thề điều đó—với ngón út thú vật của mình.

Bà tiên đỡ đầu xuất hiện ngay lập tức. Bà đến trong hình thức chế độ ăn kiêng và giải trí với đũa phép và đồ kẹp tóc. Bà biến ước nguyện của anh thành một tôn giáo vô liêm sỉ bao gồm cả hy vọng và vô vọng.

Và còn Marybeth thì sao?

Ngoài lĩnh vực bên trái, cánh cửa của Marybeth vang lên tiếng vang của tiếng người. Một tiếng vang không để ra từ âm hộ chuối và cũng không nở ra từ bà tiên đỡ đầu.

DÙ SAO ĐI NỮA

Ngày xửa ngày xưa, con mèo này thích defenestrating out of the Baroque lâu đài tình ái. This con mèo is not too xa xỉ, but what is nhiều quá anyways? Hôm qua, mèo Takayuki đi lang thang vào hẻm nhỏ of Harlem in search for a special kind of cá khô. Hôm nay, con mèo says, "You can call me Yuki, but only if you cho me two fishes khác biệt in species and cooking style." Anh Maison Maison squints at Yuki, lowers his head, and declares, "Cô mèo ơi, you got yourself a deal!"

Yuki xác nhận, "Meow meow mow mow me-ow!"

Anh Maison Maison contemplates một cách âm thầm và anh tự nghĩ, "Cá tai tượng chiên xù or cá lóc nướng trui cho Cô Yuki."

"Tiếc that con mèo này is allergic to dầu mỡ!" Yuki cười ha ha he he.

"Có thiệt không Cô Yuki or are you trying to catfish me into making fancy, gourmet dishes for you?"

Yuki flicks her đuôi dài and says, "I don't appreciate it when humans sỉ nhục me."

Anh Maison Maison places his hands over his heart và hồn nhiênly and ngây thơly defends his gentle human motive, "Đâu có đâu, Cô Yuki. I'm just pulling your long tail."

"How would you like it, you người đàn ông, if I kéo your long tail-like structure?" Yuki bắt đầu to purr.

"You are right," Anh Maison Maison thừa nhận, "I wouldn't muốn anyone to pull on my đuôi either."

"Thậm chí nếu I hứa not to use my sharp nails?" she hỏi. "I can be dịu dàng, too."

dù sao đi nữa = anyways; nevertheless
ngày xửa ngày xưa = once upon a time
con mèo này thích = this cat likes
lâu đài tình ái = castle of love
con mèo = the cat
xa xỉ = luxurious/fancy
nhiều quá = too much
hôm qua mèo = yesterday cat
đi lang thang vào hẻm nhỏ = wanders into the alley
cá khô = dried fish
hôm nay = today
cho = to give
khác biệt = different
Cô mèo ơi = Miss Lady Cat
xác nhận = to confirm
một cách = one way
âm thầm = quiet way
và anh tự nghĩ = and he thinks to himself
cá tai tượng chiên xù = deep-fried elephant ear fish
cá lóc nướng trui = grilled snakehead fish
tiếc = pity
dầu mỡ = oil and fat
cười = laugh
có thiệt không = it is true
đuôi dài = long tail
sỉ nhục = insult
và = and
hồn nhiên + ly = innocently
ngây thơ + ly = naively
đâu có đâu = no, not really
người đàn ông = male
kéo = pull
bắt đầu = starts
thừa nhận = admits
muốn = want
đuôi = tail
thậm chí nếu = even if
hứa = promise
hỏi = asks
dịu dàng = gentle

"You are a cat from Nhật Bản so naturally I would offer you a complimentary món ăn phụ of nigiri to assuage your sharp knives."

Yuki lật ngửa and starts to tự tắm with her lưỡi giấy nhám. She says, "Since when have you turned so bủn xỉn with your treats? Or have you luôn luôn been this way?"

Anh Maison Maison nhìn Yuki with bewildered ánh mắt, surprised to find her so accusatory when he possesses the most hào phóng, âu yếm affection for this mèo. "Bộ cô chưa figure out that I am really hiền như *ma soeur*?"

Yuki, who appears unlike a volleyball vàng, mỉm cười and vui miệng nói, "Anh là đàn ông không phải con mèo mà anh dám tự khen mèo dài đuôi." Tuy nhiên, before Anh Maison Maison can answer, something gets mắc vào her cổ họng. Yuki coughs and coughs, heaving, until out of her mouth flies a búng tóc lớn. As if she đang dọn phòng trong bụng for his exquisite treats.

Anh Maison Maison scoops Yuki up like a em bé, petting her under her chin, and asks, "Cô có sao không?"

Yuki presses her trán and ridge of her nose against his. Everyone is tha tội—but, dù sao đi nữa, Yuki is still hungry. She meows rapidly in succession to indicate her sự thèm ăn cuồng nhiệt.

Nhưng Anh Maison Maison doesn't stop petting her. He does not đi mua sắm for fresh fish. He chỉ continues to coo at her, ngu ly. Yuki mở to mắt trừng trừng nhìn him with impatient indemnity. When he still continues to pet her, she chậm chậm unsheathes her dao bén. She scratches and combs his forearm like a dao bào, decorticating his da off like a mango.

Nhật Bản = Japan
món ăn phụ = side dish
lật ngửa = flops over
tự tắm = self-bathe
lưỡi giấy nhám = sandpaper tongue
bủn xỉn = stingy/parsimonious
luôn luôn = always
nhìn = gazes
ánh mắt = eyes
hào phóng = generous
âu yếm = loving
mèo = cat
bộ cô chưa = have you not
hiền như *ma soeur* = gentle as a nun
vàng = yellow
mỉm cười = smiles
vui miệng nói = chipperly says
anh là đàn ông không phải con mèo mà = you are a man, not a cat
dám tự khen = dares to self-praise
mèo khen mèo dài đuôi = self-compliments oneself
tuy nhiên = however
mắc vào = caught in
cổ họng = throat
bóng tóc lớn = big hairball
đang dọn phòng trong bụng = makes room in her belly
em bé = baby
cô có sao không = are you OK?
trán = forehead
tha tội = forgiven
dù sao đi nữa = nevertheless
sự thèm ăn cuồng nhiệt = ravenous appetite
nhưng = but
đi mua sắm = go shopping
chỉ = just
ngu + ly = dumbly
mở to mắt trừng trừng nhìn = opens her eyes wide and glares at
chậm chậm = slowly
dao bén = sharp knives
dao bào = knife peeler
da = skin

Anh Maison Maison kêu thét lên, "Ouch! Kitty cat xấu!" He is in shock that she would dùng những biện pháp quyết liệt để thu hút sự chú ý của anh.

Yuki hạ mắt xuống, as if xấu hổ, but she will not xin lỗi, even though she biết chắc chắn that's what he probably wants. She recalls a time in which she chewed và swallowed a chicken cuốn tròn in giấy nhôm and ended up coughing up máu. Yuki nhớ lại how fast Anh Maison Maison pedaled his xe đạp, with her wrapped in a towel like a bánh tét in his open messenger bag, all the way to the phòng cấp cứu, and how all the y tá laughed at him for bringing a cat to a human hospital. When the gastroenterologist operated on her, he discovered shiny mảnh vỡ aluminum in her ruột, like watching một ngôi sao rơi nhảy múa trên sàn ruột của mèo. Thinking back, Yuki is so bereft that a yowl, deep with cảm động, thoát ra her throat.

"Oh, Cô Yuki ơi! Cái gì làm cô tổn thương?" Anh Maison Maison gently asks.

Cô Yuki wants to nói the nguyên nhân of her sorrow, but không biết từ đâu xuất hiện một con thỏ nhỏ! Đối với Yuki, the carrot eating machine nhìn giống quả cầu tuyết, có lông tơ tuyệt đẹp. Thường thường, Yuki không thích non-human animals—and nói sự thật, of the human animals, she really only likes Anh Maison Maison—but this bunny is just so dễ chịu to the eye. "Quả cầu tuyết ơi!" Yuki bèn lên tán tỉnh, "please give me a kiss just ngay đây." Yuki points to her nose với one of her paws.

kêu thét lên = scream

xấu = bad

dùng những biện pháp quyết liệt để thu hút sự chú ý của
  anh = use drastic means of getting his attention

hạ mắt xuống = lowers eyes

xấu hổ = ashamed

xin lỗi = apologize

biết chắc chắn = knows for sure

cuốn tròn = rolled up

giấy nhôm = aluminum foil

máu = blood

nhớ lại = remembers

xe đạp = bicycle

banh tết = tet cake

phòng cấp cứu = emergency room

y tá = nurses

mảnh vỡ = fragments

ruột = stomach

một ngôi sao rơi nhảy múa trên sàn ruột của mèo = a fallen
  star dancing on the cat's intestinal floor

căm động = soulful

thoát ra = escapes

cái gì làm cô tổn thương? = what is causing you agony?

nói = say

nguyên nhân = reason

không biết từ đâu xuất hiện một con thỏ nhỏ = from out of
  nowhere appears a small rabbit

đối với = to

nhìn giống quả cầu tuyết = looks like a snowball

có lông tơ tuyệt đẹp = with amazing fluffiness

thường thường = usually

không thích = doesn't like

nói sự thật = to tell the truth

dễ chịu = pleasing (idiomatic)

quả cầu tuyết = snowball

bẽn lẽn tán tỉnh = coyly flirts

ngay đây = right here

với = with

Không may, con thỏ nhỏ doesn't seem to understand Cat-onese. The puzzled bunny flicks her cái đuôi bông and says, "My cottontail is like your nose, but a lot bigger."

"Hey," Cô Yuki sighs, "are you trying to sỉ nhục me? Anh Maison Maison ơi, that rabbit đang nói xấu me!"

Anh Maison Maison, muốn tạo hòa bình giữa thế giới lông thú, turns to Yuki and ân cần ly observes, "That is not true. I don't think she understands you, Cô Yuki."

"Cái gì? Không thể nào!" exclaims con mèo.

"It's true," Anh Maison Maison emphasizes. "The tiny con thỏ's mind is on her tail and may not even know that you are there to làm nhục you."

Con thỏ bounces up and rebounds to hop even higher, three times, and when she is on the ground again, she says, "Anh Maison Maison hoàn toàn đúng! Bunny rabbits bring tidings of may mắn and vui mừng. We are động vật báo tin, not humiliators!"

"But, khoan đã, tên của bạn là gì, thỏ?" Anh Maison Maison inquires, contemplating thoughtful. "When you đột nhiên xuất hiện trước mặt, Cô Yuki tends to think of the worst tình trạng."

"Why, Cô Yuki is very tinh ý. My name is Quả Cầu Tuyết, but you can call me QCT." She dangles her left paw to bắt tay with her bạn mới.

"Rất vui to meet you, QCT," Anh Maison Maison cheerfully greets, "However, your name nghe more giống một loại tiền điện tử obscure than the name of a leporine thing."

Meanwhile, Cô Yuki paces in a tight circle, curving her spine: is she thật sự chasing her own đuôi? It certainly is dài! She says, "Đợi tí, đợi tí! What tin are you going to báo us?"

"You không cần phải split me open to know that I only bring news of big ballness (obviously not tuyết), i.e., mang thai," QCT boldly announces.

không may = unfortunately

con thỏ nhỏ = the small bunny

cái đuôi bông = cottontail

sỉ nhục = insult

đang nói xấu = is bad-mouthing

muốn tạo hòa bình giữa thế giới lông thú = wanting to generate peace between the fur worlds

ân cần + ly = kindly

Cái gì? Không thể nào! = What? Impossible!

con thỏ = rabbit

làm nhục = humiliate

hoàn toàn đúng = absolutely right

may mắn = good luck

vui mừng = joy

động vật báo tin = messenger animals

khoan đã, tên của bạn là gì, thỏ? = wait, what is your name, rabbit?

đột nhiên xuất hiện trước mặt = suddenly appear before us

tình trạng = scenario

tinh ý = observant

quả cầu tuyết = snowball

bắt tay = shake hands

bạn mới = new friends

rất vui = very happy

nghe giống = sounds like

một loại tiền điện tử = a type of cryptocurrency

thật sự = really

đuôi = tail

dài = long

đợi tí = wait a minute

tin = news

báo = tell

không cần phải = you don't need to

tuyết = snow

mang thai = pregnancy

The man and the cat tráo đổi confused looks. In unison, they say, "Chúc mừng! Chúc mừng!" And then, they say, still như một, "Wait, ai is pregnant? Not me. You! You!"

Cô Yuki claps her paws together và surprisingly squeals, "Wow, Anh Maison Maison! Anh mang thai bao nhiêu tháng rồi đấy anh?"

Anh Maison Maison lắc đầu and says, "Chắc Cô không hiểu anatomy. Under normal circumstances, male animals don't mang thai."

QCT breaks out a con thỏ-like dance in response and begins to sing in a hairy voice,

"Love là love much if not many

Love là love much as no love

Love is raucous like a drop of elevated night

Float lifelessly like smoke

Love walks fast like an umbrella

Oh, first love sleepwalkingly opens us."

"Well," Cô Yuki sneers, "This bunny có some legit tài năng. Maybe you should be a ca sĩ, not a thầy bói."

"Nói thiệt with you, congrats, Cô Yuki! Nhưng—nhưng, nhưng, Cô Yuki, please keep your nước tiểu to yourself! I don't want any of it!" QCT van xin.

Anh Maison Maison xen vào và nói, "What if her urine is a beautiful flower, a bunny-bloom larkspur. Should she keep to herself?" It is khó for him to tưởng tượng urine being purple, but he can't help himself.

QCT mở miệng rộng để argue, but then she kẹp her lips together and uses her paws to cover any đường nứt, chỉ in case anyone wants to try any kinh doanh khỉ with her: con người, after all, cũng là khỉ.

tráo đổi = exchange

chúc mừng = congratulations

như một = as one

ai = who

và = and

Anh mang thai bao nhiêu tháng rồi đấy anh = how many
   months have you been pregnant?

lắc đầu = shaking head

chắc Cô không hiểu = you probably don't understand

mang thai = pregnant

là = is

có = has

tài năng = talent

ca sĩ = singer

thầy bói = fortune-teller

nói thiệt = to be honest

nhưng = but

nước tiểu = urine

van xin = demand

xen và vào nói = interjects and says

khó = difficult

tưởng tượng = imagine

mở miệng rộng để = opens mouth widely to

kẹp = clamps

đường nứt = crevice

chỉ = just

kinh doanh khỉ = monkey business

con người . . . cũng là khỉ = a human is a monkey too

Cô Yuki giả vờ khó chịu that they trò chuyện as if she doesn't exist in front of them by saying, "Hai con ếch này—you and your vô hồn, tailless anuran noises, I am not deaf you know!"

"Ôi trời ơi! Chắc chắn là Cô Yuki bị mù rồi. Sớm quá, sớm quá! We have a major problem here, Anh Maison Maison, you need to do something now!" The rabbit nhảy lung tung.

Dù không mù, Cô Yuki chớp mắt vài lần to make sure that QCT's lời nói do not chứa đựng veracity.

QCT hops over to Cô Yuki and puts a tai nhung dài against her bụng lông mềm (như em bé). "Có anything in here?" QCT gõ cửa, as if a pregnant belly is a door.

Cô Yuki giỡn đùa with QCT and Anh Maison Maison, "Nothing much, only một tô bún bò Huế lớn!"

Now it is Anh Maison Maison's phiên to drop open his mouth as proof of his sự ngạc nhiên. "Cô nói gì? As if I would let you eat something so béo. That's not healthy at all!"

With her heavy beefy Huế stomach, she lững thững across the sofa's long lưng and suy nghĩ thoughtfully, "Ủa, it's really necessary for me to giữ eo—after all, I am not mèo mẫu runway."

QCT ôm her face into the cat's ample bụng tròn, and afterwards, she says, "Hơn nữa, you have a pride of furry đậu lima in there to think of. Đừng lãng phí your thời gian daydreaming about thịt bò."

Cô Yuki nhìn chằm chằm at the affectionate con thỏ's buried face with some degrees of lạc quanness and standoffishness. She vẫy her đuôi hờ hững ly and retorts, "Woolgathering is specialty of mine."

giả vờ khó chịu = pretends to be annoyed

trò chuyện = converse

hai con ếch này = these two frogs

vô hồn = soulless

ôi trời ơi = OMG

chắc chắn là Cô Yuki bị mù rồi = surely Miss Yuki has gone
   blind already

sớm quá = too soon

nhảy lung tung = jumps all over the place (as in emergency)

dù không mù = though not blind

chớp mắt vài lần = blinks her eyes a couple of times

lời nói = words

chứa đựng = hold

tai nhung dài = long velveteen ear

bụng lông mềm = soft furry belly

như em bé = as a baby's

có = is

gõ cửa = knock on a door

giỡn đùa = teases/jokes around

một tô bún bò Huế lớn = a big bowl of beef noodle soup

phiên = turn

sự ngạc nhiên = surprise

cô nói gì = say what?

béo = fatty

lững thững = traipse

lưng = back

suy nghĩ = thinks

ủa = Oh?

giữ eo = keep figure

mèo mẫu = cat model

ôm = snuggles

bụng tròn = round belly

hơn nữa = furthermore

đậu lima = lima bean

đừng lãng phí = don't waste

thời gian = time

thịt bó = beef/red meat

nhìn chằm chằm = stares

con thỏ's = rabbit's

lạc quan + ness = optimistically

vẫy đuôi = flicks her tail

hờ hững + ly = indifferently

QCT bắt đầu vỗ tay. "Cô Yuki, quá tài năng! You are skillful at né tránh, but please, đừng phớt lờ my tin vui mừng."

"Có thai đâu phải là tin vui đâu!" Cô Yuki admits. "The mèo male penis is a barb gai, an ống cống gai đường hầm—I would nhớ if one entered me."

"Cha ơi, chỉ có một cách để tìm ra sự thật," says Anh Maison Maison with a mỉm cười very lớn.

"Are you ready, QCT, to be mổ xẻ, to have me đái in you, to hy sinh your body for the truth?" Cô Yuki nhấn mạnh almost nửa-teasingly, nửa-psychotically.

QCT đứng thẳng lên and nhìn vào mắt Cô Yuki. "Buồn cười quá I quên cười. Very funny ha, không. Don't you know? Thanks to y học và công nghệ hiện đại, I don't have to hy sinh anymore. I just deliver the news." QCT không biết if anyone tin her: do they?

"Nói thật với everyone," Anh Maison Maison begins to tâm sự to break up the tense energy amongst the beast world, "Anh cũng biết Cô Yuki có thai đã lâu rồi, but I welcome a rabbit Hermes anytime, in message truyền tin. Anh hân hạnh được gặp Cô QCT!"

Cô Yuki nheo mắt, trying to đọc the phòng. "Bạn mới, bạn mới, except—and everyone please lắng tai nghe—I không mang thai! Furthermore, it is biologically impossible."

bắt đầu vỗ tay = starts clapping

quá tài năng = too talented

né tránh = dodging

đừng phớt lờ = don't ignore

tin vui mừng = happy news

có thai đâu phải là tin vui đâu = pregnancy is not good news

mèo = cat

gai = wire

ống cống gai đường hầm = underground barbed wire tunnel

nhớ = remember

Cha ơi, chỉ có một cách để tìm ra sự thật = oh boy, there's only one way to find out the truth

mỉm cười = smile

lớn = big

mổ xẻ = dissected

đái = urinate

hy sinh = sacrifice

nhấn mạnh = emphasizes

nửa = half

đứng thẳng lên = stands straight up

nhìn vào mắt = looks into the eyes

buồn cười quá . . . quên cười = so funny I forgot to laugh

y học và công nghệ hiện đại = modern medicine and technology

hy sinh = sacrifice (self)

không biết = don't know

tin = believes/trusts

nói thật với = to tell you the truth

tâm sự = confide

anh cũng biết Cô Yuki có thai đã lâu rồi = I already know that Miss Yuki has been pregnant awhile now

truyền tin = dissemination

anh hân hạnh được gặp cô = pleasure to meet you

nheo mắt = narrows her eyes

đọc = read

phòng = room

bạn mới = new friend

lắng tai nghe = listen

không mang thai = not pregnant

Yuki must be viscerally responding to her cắt buồng trứng procedure nhiều tháng trước and hasn't had sex with một chú mèo tom lately. Cô Yuki đi qua đi lại on Anh Maison Maison's đùi, trying to find một nơi thoải mái to settle into. Finally, she whispers to him, "Chỉ có một mẫu vật nam for me. Tell her, Anh ơi, giải thích it to her."

Anh Maison Maison nhạy bén trả lời, "Không sao đâu Cô Yuki. You đi theo tiếng gọi của lust. You don't need to explain. Thật, anh hiểu mà."

The tiếng that emerges from Cô Yuki is sâu với nỗi buồn, as if she has never felt this degree of sự phản bội before, and as such, her body reacts in a way it never has before, too: she mở vỏ bọc her con dao sắc bén và bắt đầu to slash around wildly, without a single sự quan tâm of who or what she damages.

cắt buồng trứng = oophorectomy
nhiều tháng trước = many months before
một chú mèo tom = tom cat
đi qua đi lại = walks back and forth
đùi = lap
một nơi thoải mái = a comfy spot
chỉ có một mẫu vật nam = there's only one male
giải thích = explain
nhạy bén trả lời = quickly respond
không sao đâu Cô Yuki = it's okay, Miss Yuki
đi theo tiếng gọi của = follow the calling of
thật, anh hiểu mà = for real, I understand
tiếng = sound
sâu với nỗi buồn = deep with sadness
sự phản bội = betrayal
mở vỏ bọc = unsheathes
con dao sắc bén và bắt đầu = sharp knives and begins
sự quan tâm = care

There goes the elegant, kitsch trang trí nội thất thanh lịch that Anh Maison Maison stolen from cựu tù nhân Martha Stewart. She digs out all the bông gòn from ghế sofa's interior mặc dù mặc một chiếc quần jean dày, Anh Maison Maison feels her knives making their vết hằn sâu trên đùi anh. Ngay bây giờ, he feels quá nhiều cảm xúc, including many sắc thái của nỗi đau, but more than anything else, he thấy the sự tinh khiết of her love for him. If he were any ordinary man with a violent naughty cat, he would just throw her vào thùng rác, but not Anh Maison Maison. He ôm her chặt, because their love is reciprocal. Anh thậm chí tries to xoa dịu her nỗi đau by vuốt ve her tail mid-air as she viciously defenestrate từ đầu ghế sofa to the other end. "Cô Yuki, Cô Yuki, please, quay lại đây. Đừng là một thằng ngốc, I mean, cô ngốc." He vỗ nhẹ his lap. Cô Yuki quay her toàn bộ cơ thể feline of lưng dài, đuôi, và mông so that they are facing him and she moves eo-éoly like a coy peacock, đã vờ giận hờn, away from him.

"Ồ ồ," calls out Cô QCT. "Thật là một con mèo khó chịu. How will you ever be a mèo mẹ tốt?" Cô QCT uses her left paw to gãi a ngứa in her ear. Before Cô Yuki or Anh Maison Maison can đáp lại, thỏ QCT thở dài, "Anh Maison Maison ơi! Bỏ rơi cô nàng hư hỏng này. Thương em instead! I will treat you như một vị vua vĩ đại!"

trang trí nội thất thanh lịch = interior decoration
cựu tù nhân = ex-convict
bông gòn = cotton balls
ghế = chair
mặc dù mặc một chiếc quần jean dày = despite wearing a
   thick pair of jeans
vết hằn sâu trên đùi anh = deep marks on his thighs
ngay bây giờ = right now
quá nhiều cảm xúc = way too many emotions
sắc thái của nỗi đau = shades of pain
thấy = feels
sự tinh khiết = purity
vào thùng rác = into the trash can
ôm chặt = hugs tightly
thậm chí = even
xoa dịu = assuage
nỗi đau = pain
vuốt ve = stroking
từ đầu ghế sofa = from one end of the sofa
quay lại đây = come back here
đừng là một thằng ngốc = don't be a jerk
cô ngốc = jerk (female)
vỗ nhẹ = gently pats
Cô Yuki quay her toàn bộ cơ thể = turns her whole feline
   body
lưng dài, đuôi, và mông = long back, tail, and ass
eo-éo + ly = curvyly
đã vờ giận hờn = pretending to be angry
ồ ồ = uh oh
thật là một con mèo khó chịu = what a temperamental cat
mèo mẹ tốt = good mama cat
gãi . . . ngứa = scratch itch
đáp lại = reply
thỏ = bunny
thở dài = long sigh
bỏ rơi cô nàng hư hỏng này = abandon this naughty girl
thương em = love me
như một vị vua vĩ đại = like a magnificent king

"Ai mà khó chịu? I'm the most dễ chịu cat in all the world. Tell her, Anh Maison Maison. Don't cho phép her to insult me." Cô Yuki giấu mắt sau her tay. Anh Maison Maison, nhận ra rằng mình đang bị put in a difficult position, tuy không phải a difficult position for him—rõ ràng là anh yêu Cô Yuki, but he also doesn't want to make the rabbit QCT feel unwanted or emotionally cô độc in his home and in their company vì vậy anh nhẹ nhàng và khéo léo assures them both, "Tất nhiên, tất nhiên, I love you both. Fashionably and immediately."

Cat and rabbit trao đổi looks and their own respective âm thanh động vật. Finally, after many minutes, Anh Maison Maison says, "Nếu you two are going to be like this, I'm leaving cả hai of you." He đứng lên và nhìn them with eyes full of nỗi âu sầu. Realizing that their hiếu chiến behaviors khiến anh đau đớn, they vui vẻ trao nhau gaze thân mật, with Cô Yuki mở rộng her paws and letting the thỏ chồng lên her cat mình. Và họ cùng nhau—one man, one cat (and soon some kittens, too), and one rabbit—sống hạnh phúc mãi mãi về sau.

ai mà khó chịu = who's grumpy?

dễ chịu = easy-going

cho phép = allow

giấu mắt sau . . . tay = hides eyes with paws

nhận ra rằng mình đang bị = recognizes that he is being

tuy không phải = although not

rõ ràng là anh yêu Cô Yuki = clearly he loves Cô Yuki

cô độc = lonely/isolated

vì vậy anh nhẹ nhàng và khéo léo = so he gently and diplo-
matically

Tất nhiên, tất nhiên = of course, of course

trao đổi = exchange

âm thanh động vật = animal sounds

nếu = if

cả hai = both

đứng lên và nhìn = stands up and looks

nỗi âu sầu = sorrow

hiếu chiến = belligerent

khiến = inflicting

đau đớn = pain

vui vẻ trao nhau = happily exchange

thân mật = cordial

mở rộng = open wide

thỏ chồng lên = rabbit overlaps

mình = paw-ness

và họ cùng nhau . . . sống hạnh phúc mãi mãi về sau = and
together they all lived happily ever after

ANYWAYS

Once upon a time, this cat likes to defenestrate out of the Baroque castle of love. This cat is not too fancy, but what is too much anyways? Yesterday, cat Takayuki wandered into the small alley of Harlem in search of a special kind of dried fish. Today, the cat says, "You can call me Yuki, but only if you give me two distinct species of fish, cooked differently." Anh Maison Maison squints at Yuki, lowers his head, and declares, "Cô Lady Cat, you got yourself a deal!"

Yuki confirms, "Meow meow mow mow me-ow!"

Anh Maison Maison contemplates quietly and thinks to himself, "Deep-fried elephant ear fish or grilled snakehead fish for Cô Yuki."

"Shame that this cat is allergic to fatty oil!" Yuki giggles ha ha he he.

"Is it true, Cô Yuki, or are you trying to catfish me into making fancy, gourmet dishes for you?"

Yuki flicks her long tail and says, "I don't appreciate it when humans humiliate me."

Anh Maison Maison places his hands over his heart innocently and naively defends his gentle human motive, "No way, Cô Yuki. I'm just pulling your long tail."

"How would you like it, you human male, if I pull your long tail-like structure?" Yuki begins to purr.

"You are right," Anh Maison Maison admits, "I wouldn't want anyone to pull on my tail either."

"Even if I promise not to use my sharp nails?" she asks. "I can be dulcet, too."

"You are a cat from Japan, so naturally I would offer you a complimentary appetizer of nigiri to assuage your sharp knives."

DÙ SAO ĐI NỮA

Ngày xửa ngày xưa, con mèo này thích trốn khỏi lâu đài tình ái kiểu Baroque. Con mèo này không quá lạ mắt, nhưng dù sao tình trạng quá nhiều là gì? Hôm qua Cô mèo Takayuki đi lang thang vào con hẻm nhỏ Harlem để tìm mua một loại cá khô đặc biệt. Hôm nay Cô mèo nói: "Anh có thể gọi em Yuki, nếu anh làm hai món cá vừa khác biệt vừa theo kiểu khác." Anh Maison Maison nheo mắt nhìn Yuki, cúi đầu và tuyên bố, "Cô Mèo ơi, thế là thế, tôi đồng ý với cô!"

Yuki xác nhận, "Meo meo meo meo meo!"

Anh Maison Maison suy ngẫm một cách âm thầm và tự nghĩ, "Cá tai tượng chiên xù hay cá lóc nướng trui cho Cô Yuki?"

"Thật xấu hổ vì con mèo này hay bị dị ứng với dầu béo!" Yuki cười khúc khích ha ha he he.

"Có thiệt không Cô Yuki hay cô đang dụ tôi làm những món ăn sang trọng, cầu kỳ cho cô?"

Yuki vẫy đuôi dài và nói, "Tôi không ưa thích khi người tinh khôn làm nhục tôi."

Anh Maison Maison đặt tay lên trái tim mình một cách hồn nhiên và ngây thơ, để che chở duyên cớ hiền lành của mình, "Đâu có đâu Cô Yuki. Tôi chỉ trêu chọc Cô thôi."

"Anh sẽ cảm thấy thế nào, bạn nam ơi, nếu tôi chế giễu thân mình Anh?" Yuki bắt đầu rừ rừ.

"Cô nói đúng thế," Anh Maison Maison thừa nhận, "Tôi cũng không muốn bất cứ ai giật đuôi mình."

"Thậm chí nếu tôi hứa tôi sẽ không chớp nhoáng móng tay sắc nhọn của mình?" Cô hỏi. "Em cũng có thể dịu dàng."

"Cô là một con mèo từ Nhật Bản. Đương nhiên tôi mời cô một món khai vị nigiri miễn phí để làm dịu những con dao sắc bén của cô."

Yuki flops over and starts to give herself a bath with her sandpaper tongue. She says, "Since when have you turned so stingy with your treats? Or have you always been this way?"

Anh Maison Maison gazes at Yuki with bewildered eyes, surprised to find her so accusatory when he possesses the most generous, tender affection for this cat. "Haven't you figured out that I am really tenderhearted like *ma soeur*?"

Yuki, who appears unlike a yellow volleyball, smiles and mirthfully says, "You are a man not a cat so why do you dare to self-compliment that you have a long tail?" However, before Anh Maison Maison can answer, something gets stuck in her throat. Yuki coughs and coughs, heaving, until out of her mouth flies an enormous hairball. As if she is making room in her stomach for his exquisite treats.

Anh Maison Maison scoops Yuki up like a baby, petting her under her chin, and asks, "Are you okay, Miss?"

Yuki presses her forehead and the ridge of her nose against his. Everyone is forgiven—but, anyways, Yuki is still hungry. She meows rapidly in succession to indicate her ravenous appetite.

But Anh Maison Maison doesn't stop petting her. He does not go to buy fresh fish. He just continues to coo at her, dumbly. Yuki opens her eyes wide and glares at him with impatient indemnity. When he still continues to pet her, she slowly unsheathes her sharp knives. She scratches and combs his forearm like a peeler, decorticating his skin off like a mango.

Anh Maison Maison yells, "Ouch! Bad kitty!" He is in shock that she would use such drastic means of getting his attention.

Yuki lật ngửa thân mình và tự tắm bằng lưỡi giấy nhám. Cô nói, "Ủa anh bủn xỉn thế? Không lẽ anh luôn luôn keo kiệt như vậy?"

Anh Maison Maison nhìn Yuki với ánh mắt hoang mang, ngạc nhiên khi cô trách móc anh như vậy. Thật sự anh đang dành tình cảm bao la, dịu dàng nhất cho cô. "Cô không nhận ra tôi hiền như *ma soeur* sao?"

Yuki, như một quả bóng chuyền màu vàng, mỉm cười và hài hước nói, "Anh là người, không phải là mèo. Sao anh dám tự khen mình có một đuôi dài." Tuy nhiên, Anh Maison Maison chưa kịp trả lời, thì có gì đó nghẹn cổ họng cô Yuki. Cô Yuki ho và ho nặng nề đến khi một bó tóc khổng lồ thoát ra khỏi miệng. Như thế cô đang nhường chỗ trong bụng cho những món ăn tinh tế của anh.

Anh Maison Maison bế Cô Yuki như một đứa trẻ, vuốt ve dưới cằm cô và hỏi: "Cô có sao không?"

Yuki áp trán và sống mũi của mình vào anh. Ai cũng được tha tội—dù sao đi nữa Yuki vẫn còn đói. Cô ấy kêu meo meo liên tiếp để biểu thị sự thèm ăn cồn cào của mình.

Nhưng Anh Maison Maison không ngừng nâng niu cô. Anh ta không đi mua cá tươi và anh chỉ tiếp tục thủ thỉ với cô, một cách ngớ ngẩn. Cô Yuki mở to mắt trừng trừng nhìn anh sốt ruột. Khi anh ta vẫn tiếp tục cưng nựng cô, cô từ từ rút lui những con dao sắc nhọn của mình. Cô cào cào như một dao bào và chải lột da tay anh như một quả xoài.

Anh Maison Maison kêu thét lên, "Ôi! Con mèo hư!" Anh bị sốc khi cô dùng những biện pháp quyết liệt để thu hút sự chú ý của anh.

Yuki lowers her eyes, as if ashamed, but she will not apologize, even though she knows for sure that's what he probably wants. She recalls a time in which she chewed and swallowed a chicken wrapped in aluminum foil and ended up coughing up blood. Yuki remembers how fast Anh Maison Maison pedaled his bicycle, with her wrapped in a towel like a bánh tét in his open messenger bag, all the way to the emergency room, and how all the nurses laughed at him for bringing a cat to a human hospital. When the gastroenterologist operated on her, he discovered shiny aluminum fragments in her belly, like watching a fallen star dancing on the floor of a cat's intestines.

Thinking back, Yuki is so bereft that a yowl, deep with emotion, escapes her throat.

"Oh, Cô Yuki ơi! What is causing your agony?" Anh Maison Maison gently asks.

Cô Yuki wants to divulge the reason of her sorrow, but from out of nowhere appears a small rabbit! To Yuki, the carrot eating machine looks like a snowball, with amazing fluffiness.

Usually, Yuki doesn't like non-human animals—and to tell the truth, of human animals, she really only likes Anh Maison Maison—but this bunny is just so pleasing to the eye. "Snowball, ơi!" Yuki coyly flirts, "please give me a kiss just right here." Yuki points to her nose with one of her paws.

Unfortunately, this small rabbit doesn't seem to understand Cat-onese. The puzzled bunny flicks her cottontail and says, "My cottontail is like your nose, but a lot bigger."

"Hey," Cô Yuki sighs, "are you trying to humiliate me? Anh Maison Maison ơi, that rabbit is badmouthing me!"

Anh Maison Maison, wanting to generate peace between the fur worlds, turns to Yuki and kindly observes, "That is not true. I don't think she understands you, Cô Yuki."

"What? It's not possible!" exclaims the cat.

Yuki hạ mắt xuống, xấu hổ. Cô cố định không xin lỗi, mặc dù cô biết chắc chắn đó là điều anh rất muốn. Cô nhớ lại lần cô gặm một chân gà bọc trong giấy nhôm và cuối cùng cô ho ra máu. Với một chiếc khăn anh đã quấn chặt cô như một đòn bánh tét và mảnh ghép cô ở trong một cặp táp. Anh Maison Maison lái xe đạp nhanh đến tận phòng cấp cứu. Tất cả các y tá cười nhạo anh vì anh đã đưa một cô mèo đến bệnh viện nhân loại. Khi chuyên gia ruột giải phẫu cô, anh ta tìm thấy những mảnh nhôm sáng bóng trong bụng cô, giống như một ngôi sao rơi nhảy múa trên sàn ruột mèo.

Nghĩ lại, Yuki cảm thấy mình tủi thân đến nỗi một tiếng mèo kêu đầy cảm xúc thoát ra khỏi cổ họng cô.

"Ôi, Cô Yuki ơi! Điều gì gây ra sự đau đớn cho cô?" Anh Maison Maison nhẹ nhàng hỏi thăm.

Cô Yuki sắp biểu lộ nguyên nhân nỗi buồn của mình, nhưng không biết từ đâu xuất hiện một chú thỏ nhỏ! Đối với Yuki, cỗ máy ăn cà rốt trông giống như một quả cầu tuyết, có lông tơ tuyệt đẹp.

Thường thường Yuki không thích động vật không phải người—và nói thật, đối với động vật người, cô thực sự chỉ thích Anh Maison Maison. Tuy thế, chú thỏ này rất đẹp mắt. "Quả cầu tuyết, ơi!" Yuki bèn lên tán tỉnh, "Xin hãy cho em một nụ hôn ngay tại đây." Yuki chỉ vào mũi mình bằng một bàn quấu.

Thật không may, chú thỏ nhỏ này dường như không hiểu ngôn ngữ Trung hoa mèo. Chú thỏ bối rối lắc qua lắc lại đuôi bông của mình và nói, "Cái đuôi bông của tôi giống như mũi của cô, nhưng to hơn rất nhiều."

"Này," Cô Yuki thở dài, "Anh đang hắt hủi, coi thường, bôi nhọ tôi đấy à? Anh Maison Maison ơi, chú thỏ đó đang nói xấu em!"

Anh Maison Maison, muốn tạo hòa bình giữa thế giới lông thú, quay sang Yuki và ân cần nhận xét: "Cô Yuki ơi, điều đó không đúng. Anh nghĩ cô thỏ không hiểu cô đâu."

"Cái gì? Không thể nào!" con mèo kêu lên.

"It's true," Anh Maison Maison emphasizes. "The tiny rabbit's mind is on her tail and may not even know that you are there to insult you."

The rabbit bounces up and rebounds to hop even higher, three times, and when she is on the ground again, she says, "Anh Maison Maison is absolutely right! Bunny rabbits bring tidings of good luck and joy. We are messenger animals, not humiliators!"

"But, wait, what is your name, rabbit?" Anh Maison Maison inquires, contemplating thoughtfully. "When you suddenly appear before us, Cô Yuki tends to think of the worst scenario."

"Why, Cô Yuki is very observant. My name is Quả Cầu Tuyết, but you can call me QCT." She dangles her left paw to shake hands with her new friends.

"Very happy to meet you, QCT," Anh Maison Maison cheerfully greets. "However, your name sounds more like a type of obscure cryptocurrency than the name of a leporine thing."

Meanwhile, Cô Yuki paces in a tight circle, curving her spine: is she really chasing her own tail? It certainly is long! She says, "Wait a minute, wait a minute! What news are you going to tell us?"

"You don't need to split me open to know that I only bring news of big ballness (obviously not snow), i.e., pregnancy," QCT boldly announces.

The man and the cat exchange confused looks. In unison, they say, "Congratulations! Congratulations!" And then, they say, still as one, "Wait, who is pregnant? Not me. You! You!"

Cô Yuki claps her paws together and surprisingly squeals, "Wow, Anh Maison Maison! How many months pregnant are you??"

Anh Maison Maison shakes his head and says, "You probably don't understand anatomy. Under normal circumstances, male animals don't carry pregnancy."

"Đó là sự thật," Anh Maison Maison nhấn mạnh lời nói. "Cô thỏ nhỏ xíu chỉ quan tâm đến cái đuôi của mình và không để ý cô có ở đó hay không để bôi nhọ cô."

Cô thỏ nhỏ xíu nhảy lên nhảy xuống và khi bàn chân hôn đất, cô lại nói, "Anh Maison Maison hoàn toàn đúng! Cô thỏ nhỏ bé này mang những điều may mắn và niềm vui. Em là động vật đưa tin, em không phải kẻ hành hạ!"

"Khoan đã, tên của cô là gì, thỏ ơi?" Anh Maison Maison hỏi thăm, trầm ngâm suy nghĩ. "Khi cô đột nhiên xuất hiện, cô Yuki có xu hướng nghĩ đến tình trạng xấu nhất."

"Đấy cô Yuki rất tinh ý. Tên em là Quả Cầu Tuyết, bạn có thể gọi em là QCT." Cô duỗi bàn chân trái ra để bắt tay người bạn mới.

"Rất hân hạnh được gặp cô, QCT," Anh Maison Maison vui vẻ chào đón, "Tuy nhiên, tên của cô nghe giống một loại tiền điện tử ít người biết đến hơn là tên của một bệnh phong."

Trong khi đó, cô Yuki uốn cong lưng, đi vòng quanh: cô thực sự đang đuổi theo cái đuôi của chính mình sao? Nó chắc chắn là dài! Cô nói, "Chờ một chút, đợi một chút! Cô định cho chúng tôi biết tin tức gì đây?"

"Bạn không cần mổ xẻ em để biết rằng em chỉ mang đến những tin tức về quả bóng lớn (rõ ràng không phải tuyết vò tròn), tức là mang thai," QCT mạnh dạn tuyên bố.

Người nam và con mèo nhìn nhau bối rối. Họ đồng thanh nói, "Xin chúc mừng! Xin chúc mừng!" Sau đó, trong cùng một giọng nói, "Thiệt hả, ai đang mang thai? Không phải tôi đâu. Thế là ai?"

Cô Yuki vỗ hai bàn chân vào nhau và ngạc nhiên kêu lên, "Chà, Anh Maison Maison! Anh đang mang thai ở tháng thứ mấy rồi??"

Anh Maison Maison lắc đầu nói, "Chắc cô không hiểu giải phẫu học đâu. Trong những trường hợp bình thường, dương vật nam khó mang thai."

QCT breaks out a rabbit-like dance in response and begins to sing in a hairy voice,

"Love is love if not that many

Love is love when you have love as if no love

Love is raucous like a drop of elevated sunlight,

Let my heart float lifelessly like smoke

Love flows fast like a dream

Oh, first love sleepwalkingly surprises us."

"Well," Cô Yuki sneers, "this bunny has some legit talent. Maybe you should be a singer, not a fortune teller."

"To be honest with you, congrats, Cô Yuki! But—but, but, Cô Yuki, please keep your urine to yourself! I don't want any of it!" QCT demands.

Anh Maison Maison interjects and says, "What if her urine is a beautiful flower, a bunny-bloom larkspur. Should she keep it to herself?" It is hard for him to imagine urine being purple, but he can't help himself.

QCT opens her mouth widely to argue, but then she clamps her lips together and uses her paws to cover any crevice, just in case anyone wants to try any monkey business with her: a human, after all, is a monkey, too.

Cô Yuki pretends to be annoyed that they converse as if she doesn't exist in front of them by saying, "These two frogs—you and your soulless, tailless anuran noises, I am not deaf you know!"

"OMG! Surely Cô Yuki has gone blind already. Too soon, too soon! We have a major problem here, Anh Maison Maison, you need to do something now!" The rabbit jumps all over the place (as in emergency).

QCT bắt đầu nhảy nho nhỏ như thỏ và hát bằng một giọng lông lá:

"Tình là tình nhiều khi không mà có.

Tình là tình nhiều lúc có như không

Tình xôn-xao như giọt nắng lên cao,

Cho lòng mình mang-mang như làn khói

Tình trôi mau như một giấc chiêm bao.

Ôi, tình đầu bỡ ngỡ cơn mộng du."[1]

"Chà," Cô Yuki cười khúc khích, "Cô thỏ này thiệt có tài năng! Có lẽ cô xứng đáng làm ca sĩ hơn thầy bói."

"Thành thật mà nói, chúc mừng cô Yuki! Thế thôi—thế thôi, cô Yuki ơi, xin hãy im lặng bí mật nước tiểu trong mình. Em không muốn biết về nó!" QCT van xin.

Anh Maison Maison xen vào nói, "Nếu nước tiểu cô là một bông hoa xinh đẹp, một bông hoa chiền chiện. Vậy cô có nên giữ cho chỉ riêng mình không?" Mặt dù anh khó tưởng tượng nước tiểu màu tím, anh vẫn chiều chuộng lòng thỏa mãn của mình.

QCT mở miệng rộng để tranh cãi nhưng tự nhiên cô vô lý khép môi lại. Để đề phòng những ai gây phiền phức cho cô, cô dùng chân để che miệng của mình. Cô nhận ra rằng con người cũng là một loại khỉ.

Cô Yuki giả vờ khó chịu khi họ táng tỉnh gần như cô chẳng ở đó. Cô nói, "Hai con ếch vô tài này—mấy dám mang tiếng ồn ào vô hồn, không đuôi của mấy đến đây làm chi? Tao đâu có điếc đâu!"

"Chúa ơi! Chắc cô Yuki mù rồi. Quá sớm đó, quá sớm đó! Mình có một vấn đề kinh sợ. Anh Maison Maison, anh cần phải thanh toán vấn đề đó ngay bây giờ!" Cô thỏ nhảy lung tung bên (như trong trường hợp khẩn cấp).

---

1   Trần Thiện Thanh [b. 1942 –d. 2005]

Though not blind, Cô Yuki blinks her eyes a couple of times to make sure that QCT's words do not hold veracity.

QCT hops over to Cô Yuki and puts a long velveteen ear against her soft furry belly (as a baby's). "Is anything in here?" QCT knocks, as if a pregnant belly is a door.

Cô Yuki jokes with QCT and Anh Maison Maison, "Nothing much, only a large bowl of bún bò Huế!"

Now it is Anh Maison Maison's turn to drop open his mouth as proof of his surprise. "Say what? As if I would let you eat something so fatty. That's not healthy at all!"

With her heavy beefy Huế stomach, she traipses across the sofa's long back and says thoughtfully, "Oh, it's not really necessary for me to keep figure—after all, I am not a cat runway model."

QCT snuggles her face into the cat's ample round belly, and afterwards, she says, "Furthermore, you have a pride of furry lima beans in there to think of. Don't waste your time daydreaming about red meat."

Cô Yuki stares at the affectionate rabbit's buried face with some degrees of optimisticness and standoffishness. She flicks her tail indifferently and retorts, "Woolgathering is a specialty of mine."

QCT starts clapping. "Cô Yuki, you're too talented! You are skillful at dodging, but please, don't ignore my happy news."

"Pregnancy is not good news!" Cô Yuki admits. "The cat male penis is a barbed wire, an underground barbed wire tunnel—I would remember if one entered me."

"Oh boy, there's only one way to find out the truth," says Anh Maison Maison with a very big smile.

"Are you ready, QCT, to be dissected, to have me urinate in you, to sacrifice your body for the truth?" Cô Yuki emphasizes almost half-teasingly, half-psychotically.

Dù không mù, Cô Yuki chớp mắt vài lần để bảo đảm rằng lời QCT nói không trở thành sự thật.

QCT nhảy gần đến Cô Yuki và ấn tai cô trên bụng đầy lông mềm mại (như em bé). "Có gì ở đây không?" QCT gõ cửa, nhìn bụng bầu như một cánh cửa.

Cô Yuki đùa với QCT và Anh Maison Maison, "Không có gì nhiều, chỉ một tô bún bò Huế lớn thôi!"

Anh Maison Maison rớt quai hàm để chứng tỏ sự ngạc nhiên. "Ủa, cô nói gì cơ? Anh sẽ không bao giờ cho phép cô ăn cái gì quá béo! Nó không tốt cho sức khỏe của cô chút nào!"

Với cái bụng kềnh càng đầy bùn Huế, cô lững thững bước trên lưng dài của ghế và trầm ngâm nghĩ, "Ồ, giữ dáng đâu phải là điều cần thiết nhất đối với em đâu—dù sao thì em cũng không phải là người mèo mẫu."

QCT ôm mặt vào cái bụng mèo tròn trĩnh, và sau đó cô nói, "Hơn nữa, cô có một gia đình đậu lima lông trong bụng cô phải nghĩ đến. Đừng lãng phí thời gian mơ mộng về thịt đỏ."

Cô Yuki nhìn chằm chằm vào khuôn mặt của cô thỏ với một thái độ lạc quan và khác thường. Cô vẫy đuôi một cách hờ hững và đáp lại, "Thu thập len mơ mộng là sở trường của tôi."

QCT bắt đầu vỗ tay. "Cô Yuki, cô tài quá! Cô khéo léo trong việc né tránh, nhưng làm ơn, đừng phớt lờ tin vui của em."

"Mang thai không phải là tin tốt!" Cô Yuki thừa nhận. "Dương vật của mèo đực là một hàng rào thép gai. Chắc chắn em sẽ nhớ nếu một ống cống gai đường hầm lọt vào chim em."

"Cha ơi, chỉ có một cách để tiết lộ ra sự thật," Anh Maison Maison nói với một nụ cười rất tươi.

"Cô chuẩn bị chưa, QCT? Xin mời thân cô đến phòng mổ sẽ và cho tôi cơ hội để đái vào cô," Cô Yuki nói với một cách thu hút, ánh mắt của cô nửa đùa, nửa điên.

QCT stands straight up and looks into the eyes of Cô Yuki. "So funny I for-got to laugh. Very funny ha, not. Don't you know? Thanks to modern medicine and technology, I don't have to sacrifice myself anymore. I just deliver the news." QCT doesn't know if anyone believes her: do they?

"To tell everyone the truth," Anh Maison Maison begins to confide to break up the tense energy amongst the beast world, "I already know that Cô Yuki has been pregnant awhile now, but I welcome a rabbit Hermes anytime. Pleasure to meet you, Cô QCT!"

Cô Yuki narrows her eyes, trying to read the room. "New friend, new friend, ex-cept—and everyone please listen—I am not pregnant! Furthermore, it is biolog-ically impossible."

Yuki must be viscerally responding to her oophorectomy procedure from many months before and hasn't had sex with a tomcat lately. Cô Yuki walks back and forth on Anh Maison Maison's lap, trying to find a comfy spot to settle into. Finally, she whispers to him, "There's only one male for me. Tell her, Anh ơi, explain it to her."

Anh Maison Maison quickly responds, "It's okay, Cô Yuki. You follow the calling of lust. You don't need to explain. For real, I understand."

The sound that emerges from Cô Yuki is deep with sadness, as if she has never felt this degree of betrayal before, and as such, her body reacts in a way it never has before, too: she unsheathes her sharp knives and begins to slash around wildly, without a single care of who or what she damages.

QCT đứng thẳng lên và nhìn vào mắt Cô Yuki, "Buồn cười lắm ha, đến nỗi em quên cười. Cô không biết hả? Nhờ có y học hiện đại, em không phải hy sinh bản thân mình nữa. Em chỉ cung cấp tin tức thôi."

"Nói thật với mọi thú vật," Anh Maison Maison bắt đầu nói vài lời dịu dàng để phá vỡ bầu không khí căng thẳng giữa thú giới, "Anh đã biết Cô Yuki mang thai một thời gian rồi. Anh sẵn sàn chào đón bé thỏ Hermes bất cứ lúc nào. Anh rất hân hạnh được gặp Cô QCT!"

Cô Yuki nheo mắt, quan sát phòng. "Bạn mới ơi, bạn mới ơi, hãy lắng nghe—em chẳng mang thai đâu! Về sinh lý học, em biết chắc chắn điều đó không thể nào được."

Về mặt nội tạng, từ nhiều tháng trước Yuki phải đáp ứng với việc cắt bỏ buồng trứng, và tóm lại gần đây cô không quan hệ tình dục với chú mèo tom. Cô Yuki đi qua đi lại trong lòng Anh Maison Maison; cô cố gắng tìm một chỗ thoải mái để ngả lưng. Cuối cùng, cô nói với hơi thở nhẹ nhàng, "Chỉ có một vật mẫu nam dành cho em thôi. Nói đi Anh ơi. Giải thích cho cô ấy đi."

Anh Maison Maison nhạy bén trả lời, "Không sao đâu Cô Yuki ơi. Cô đi theo tiếng gọi của dục vọng bất cứ lúc nào cũng được. Cô không cần giải thích đâu. Thật ra, anh hiểu mà."

Âm thanh sâu thẳm buồn bã phát ra từ cuống họng Cô Yuki. Cô chưa bao giờ cảm thấy nụ hôn của Judas tàn phế trước đây, và do đó, cơ thể cô cũng phản ứng theo cách mới lạ: cô rút dao sắc bén ra và bắt đầu chém một cách điên cuồng. Về việc làm tổn thương, cô không quan tâm đến ai hết.

There goes the elegant, kitsch interior decoration that Anh Maison Maison had stolen from ex-convict Martha Stewart. She digs out all the cotton balls from the sofa's interior and despite wearing a thick pair of jeans, Anh Maison Maison feels her knives making their deep marks on his thighs. Right now, he feels way too many emotions, including many shades of pain, but more than anything else, he feels the purity of her love for him. If he were any ordinary man with a violent naughty cat, he would just throw her into the trash can, but not Anh Maison Maison. He hugs her tightly, because their love is reciprocal. Anh even tries to assuage her pain by stroking her tail mid-air as she viciously defenestrates from one end of the sofa to the other. "Cô Yuki, Cô Yuki, please, come back here. Don't be a jerk, I mean, female jerk." He gently pats his lap. Cô Yuki turns her whole feline body of long back, tail, and ass so that they are facing him and she moves curvily like a coy peacock, pretending to be angry, away from him.

"Uh oh," calls out Cô QCT. "What a temperamental cat. How will you ever be a good mama cat?" Cô QCT uses her left paw to scratch an itch in her ear. Before Cô Yuki or Anh Maison Maison can reply, bunny QCT sighs, "Anh Maison Maison ơi! Abandon this naughty girl. Love me instead! I will treat you like a magnificent king!"

"Who's grumpy? I'm the most easy-going cat in all the world. Tell her, Anh Maison Maison. Don't allow her to insult me." Cô Yuki hides her eyes with her paws.

Anh Maison Maison recognizes that he is being put in a difficult position—although not a difficult position for him—clearly he loves Cô Yuki, but he also doesn't want to make the rabbit QCT feel unwanted or emotionally lonely in his home and in their company, so he gently and diplomatically assures them both, "Of course, of course, I love you both. Fashionably and immediately."

Những đồ trang trí nội thất thanh lịch và hào nhoáng mà Anh Maison Maison đã trộm cắp từ cựu tù nhân Martha Stewart đã bị hủy bỏ hết rồi. Cô khoét rỗng các bông gòn từ trong ghế sofa và mặc dù anh bận quần jean dày, Anh Maison Maison vẫn cảm thấy những vết dao hằn sâu trên đùi. Ngay bây giờ, anh có nhiều cảm xúc: nhiều vong linh, âm phủ của nỗi đau. Nhiều hơn hết, anh cảm nhận rằng tình yêu màu xanh thực sự và mãnh liệt cô dành cho anh thành thật không bờ. Nếu là một người đàn ông tầm thường với một con mèo nghịch ngợm vô độ, anh sẽ quăng nó vào thùng rác ngay lập tức. Nhưng Anh Maison Maison tế nhị hơn. Anh ôm cô chặt thật chặt. Vì tình yêu của họ có đi có lại. Anh cố gắng xoa dịu nỗi đau bằng cách vuốt đuôi cô khi cô nóng nảy khiêu vũ trên không trung liên tục từ đầu ghế sofa này sang đầu khác. "Cô Yuki. Cô Yuki ơi, quay lại đây đi. Đừng là một thằng ngốc, ý anh muốn nói: đừng là một bà ngu ngốc." Anh nhẹ nhàng vỗ đùi. Cô Yuki xoay toàn thân dài, đuôi và mông cô hướng về phía anh và cô di chuyển uốn lượn như một con công e thẹn, giả vờ tức giận, giả vờ tránh xa anh.

"Uh oh," Cô QCT kêu lên. "Thật là một con mèo khó chịu. Không như một con mèo mẹ tốt." Cô QCT dùng chân trái gãi ngứa bên tai. Cô Yuki và Anh Maison Maison chưa kịp trả lời thì cô thỏ QCT thở dài, "Anh Maison Maison ơi! Bỏ con mèo nghịch ngợm này và yêu em đi! Em sẽ chiều anh như một vua vĩ đại!"

"Ai mà khó chịu? Em không chỉ là một con mèo dễ chịu nhất thế giới, em cũng là con mèo dễ thương độc nhất vô nhị. Phải không Anh Maison Maison ơi? Đừng cho cô ấy làm nhục em." Cô Yuki lấy chân che mắt.

Anh Maison Maison nhận ra rằng anh đang bị đặt vào một tình thế khó khăn— mặc dù không phải là một vấn đề gian nan đối với anh—rõ ràng anh yêu Cô Yuki, nhưng anh cũng không muốn làm cho cô thỏ QCT cảm thấy tủi thân hoặc lẻ loi. Vì vậy anh nhẹ nhàng nói, "Tất nhiên, tất nhiên, anh yêu cả hai em vội vàng và một cách chân thành thời trang."

Cat and rabbit exchange looks and their own respective animal sounds. Finally, after many minutes, Anh Maison Maison says, "If you two are going to be like this, I'm leaving both of you." He stands up and looks at them with eyes full of sorrow. Realizing that their belligerent behavior inflicts pain on him, they happily exchange cordial gazes, with Cô Yuki opening wide her paws and letting the rabbit overlap her cat pawness. And together they all—one man, one cat (and soon some kittens, too), and one rabbit—live happily ever after.

Đây bắt đầu một cuộc chiến tranh âm vật thế giới thứ ba. Mèo và thỏ trao đổi âm thanh động vật trận chiến khóc. Cuối cùng, sau nhiều phút, Anh Maison Maison nói, "Nếu hai em cứ tiếp tục đánh lộn như thế này, anh sẽ rửa tay anh khỏi hai em." Anh Maison Maison đứng dậy và nhìn mèo và thỏ với đôi mắt đầy đau khổ. Hai thú dữ nhận ra rằng hành vi hiếu chiến của mình khiến anh đau đớn, mèo và thỏ vui vẻ trao đổi ánh mắt thân mật. Cô Yuki dang rộng bàn chân và tay làm hòa với thỏ. Và tất cả—một người đàn ông, một cô mèo (và, chẳng bao lâu, một số chú mèo con nhỏ xíu) và một cô thỏ—sống với nhau hạnh phúc mãi mãi về sau.

GALLBLADDER KHÔNG CÓ INK

Armie's túi mật is full of bí mật. How does it feel, this swelling of mật, this excess? Armie asks himself as he walks through his khách sạn, Hotel Bà Rịa, which sits on the edge of a beach front. From here, it seems impossible that he should feel pain, so he decides, không, this does not hurt. And, because it does not hurt, it seems the mực of his bí mật has more length to travel in and out of him. Armie considers distance, especially long distances, especially long distance lovers, to be a nuisance, and just thinking about it, his mạch starts running. First like a child through a convoluted rừng nhiệt đới, with heavy, thick, tree cối um tùm rậm rạp. Armie is into this, when his sleek body can chạy như gió, without anyone's nagging interiority, quiet, without um sùm. Then later, when anh đổ mồ hôi, he can smell that inevitable giày tennis of his memory hôi thối. "Trời ơi," he yells out, "what is that mùi I nghe?" This smell sounds like mận bãi biển, eel, or cá đuối gai độc—he isn't entirely sure.

không có = without

túi mật = gallbladder
bí mật = secret
mật = honey
khách sạn = hotel
không = no
mực = squid
mạch = pulse
rừng nhiệt đới = tropical forest
cối um tùm rậm rạp = luxuriant, luxuriant trees
chạy như gió = run like the wind
um sùm = noise
anh đổ mồ hôi = he sweats
giày tennis = tennis shoes
hôi thối = stinky
trời ơi = oh god
mùi = smell
nghe = hear
mận bãi biển = beach plum
cá đuối gai độc = stingray

Armie's entire life has been sure, every decision he's made, every swing of his vợt tennis has been made with deliberation, every masturbation, chắc chắn, yes, always, but now, suddenly, something in him is nứt. That crack đòi hỏi him to đi lang thang a little through the rice paddy of his small consciousness and consider the precise địa điểm of his ego, which is a chú côn trùng without a penis. Ai mà cần cái đó? He closes his eyes, both mắt và mũi, and tries to undo a nguyên động that has begun to tháo sợi vải his soul. His secrets tham ăn, he never cared about his gallbladder, nor his penis, well, có thể he tiếc it, longs for it, its longness. His bản ngã may have fallen into a hố đen vũ trụ. It's dark in there, and Armie gropes and grabs, his palm trống rỗng, but his fingers wrap around cây búa. Is this bộ nhớ tạm của tôi? Yeah, most likely so, Armie thinks, but he doesn't have thời gian for introspection that is so sâu sắc, tạm thời or not. He only has time for the ngôi sao cạn kiệt that floats endlessly from one planet quỷ lùng to the next. He looks down at his clipboard and gạch bỏ, defensively, his thói quen xấu and máu buồn.

He asks himself, "Is máu buồn a type of máu vui or a blood type?"

"Did I build an adult son mà ngu ngốc thế?" Armie thinks about the cơ sở hạ tầng of a person's existence and considers the possibility that stupidity may not be a good bước đệm to access reality. And the reality is—Armie looks around at his chủ quyền, and everything is màu đen. Đen not like his hair, but more like mít tố nữ that has been spoiled for more than hai mươi ngày. The jackfruitesque black hole is also nhớt like his tinh trùng. It's thơm quá, unlike his hair, which has always been xấu xí, and Armie is on the verge of nổ tung! He reaches down for some relief, and he can't ngăn cản the giggles: his máu buồn isn't buồn at all. Ai is tickling him?

vợt = racket

chắc chắn = sure

nứt = to crack

đòi hỏi = require

đi lang thang = wander

địa điểm = location

chú côn trùng = insect

ai mà cần cái đó = who needs that

mắt và mũi = eyes and ears

nguyên động = motive

tháo sợi vải = unravel

tham ăn = greedily

có thể = maybe/possibly

tiếc + s = to regret

bản ngã = ego

hố đen vũ trụ = cosmic black hole

trống rỗng = completely empty

cây búa = a hammer

bộ nhớ tạm của tôi = my clipboard

thời gian = time

sâu sắc = deeply

tạm thời = temporary

ngôi sao cạn kiệt = exhausted star

quỷ lùng = devilish

gạch bỏ = to delete/to cross out

thói quen xấu = a bad habit

máu buồn = sad blood

máu vui = happy blood

mà ngu ngốc thế = that is so stupid

cơ sở hạ tầng = infrastructure

bước đệm = stepping stone

chủ quyền = sovereignty

màu đen = black

mít tố nữ = jackfruit

hai mươi ngày = twenty days

nhớt = viscous

tinh trùng = sperm

thơm quá = very fragrant

xấu xí = ugly

nổ tung = to explode

ngăn cản = to prevent

ai = who

Armie la ra, between uncontrollable cười khúc khích, "Ai ở đó?" There is this long vô hiệu, an unclear space between discovering the source of his comedic buồn and the empty giao hưởng of his vocal cord.

After silence, indefinitely dài, a voice rings clear, "Ai ở đây hả?"

"Tôi đây," the voice from the edge of vùng mu of Armie's black hole. He looks down, which is really up and also all around, to tìm kiếm the voice. The voice, as if to appear from the nghỉ dưỡng of the cosmos, seems to xóa khỏi his identity by tiết lộ its infinite intergalactic territory of ambient đơn điệu. Until the voice appeared, although Armie was freaking out vừa phải, he đồng thời also felt relief, because in a black hole, at least he wouldn't be surrounded by nhiều tin đồn, but now, this voice hăm dọa even that one small bit of solace. He wonders if that voice came from the trung ương of his soul or has it just arrived because of his chúm chím?

"Tiết lộ yourself," Armie demands, as if he still possessed any quyền hạn here. If silence can be deadly, this silence in the concupiscent materiality of his so-called độc thoại leads him to conclude that existence isn't an illusion of total cách ly, but isolation in itself. And isolation, in itself, is a form of chấn động tâm lý, and this makes Armie laugh out into the silence, because những ngày này, everything is traumatic. Little phi vật chất such as hangnails hay paper cuts can làm tổn thương him as easily as a tai nạn xe hơi nhỏ. And if that hangnail hay paper drew máu, it could easily become a real cảnh bị thất sủng. Instead, he is bleeding and moves like a mực ống, directionless with too many xúc tu advising him where to go. His fingers become suckers: to grab and hold close is to bú. But, where are all the wonderful núm vú he can cling onto? In this vùng tối, every đặc tính of Armie, Armie's very beingness, is xa lạ; has he really become a squid? Quy luật of this ngân hà or vũ trụ tells him otherwise, yet, the nghĩa địa or black hole of his imagination says mực không thể bị mất.

la ra = yell out
cười khúc khích = giggle
ai ở đó = who's there
vô hiệu = void
giao hưởng = symphony
dài = long
ai ở đây hả? = who's there?
tôi đây = I'm here
vùng mu = pubic area
tìm kiếm = search
nghỉ dưỡng = resort
xóa khỏi = delete from
tiết + lộ + ing = disclosing
đơn điệu = monotone
vừa phải = just right
đồng thời = meanwhile/at the same time
nhiều tin đồn = many rumors
hăm dọa = threaten
trung ương = center
chúm chím = cute, coy smile
tiết lộ = to reveal
quyền hạn = power
độc thoại = monologue
cách ly = isolation
chấn động tâm lý = psychological shock
những ngày này = these days
phi vật chất = immaterial
hay = or
làm tổn thương = to damage
tai nạn xe hơi nhỏ = small car accident
máu = blood
cảnh bị thất sủng = disgraced scene
mực ống = squid
xúc tu = tentacles
bú = suck
núm vú = nipple
vùng tối = dark area
đặc tính = characteristic
xa lạ = strange
quy luật = rules
ngân hà = galaxy
vũ trụ = the universe
nghĩa địa = cemetary
mực không thể bị mất = ink cannot be lost

The thing is: he's neither the rational nor the creative type, he's never needed to phân tích every little secret, but now if you were to giải thích this situation to him, it would be as hấp dẫn as the most succulent and tender mực ống. He only knows how to khắc chạm a hole into his cái ghế cao and watches people bị tra tấn with a noose. People used to quan tâm đến him, and if they didn't, he would chew and nuốt them. He used to view humans as hạt rời rạc, to be discarded across dãy ngân hà as if they were disposable material rộng mênh mông. And so, Armie giải đáp his own question: this is why he's here, in this lỗ đen, in this trạng thái. He xác nhận that he hoàn toàn không giống ai and he suspects that vật chất vũ trụ of this reality has a hard time pha trộn him into it. No matter which reality he hình thành in, Armie is just one ngôi sao khổng lồ. Which seems accurate, after all, he is an important son of one tài phiệt dầu mỏ. No one could deny that his family is a chuẩn tinh. His đại qui mô bé nhỏ life quay quanh the sun, mặt trời, the daystar of his quasar. But his family has cắt hợp đồng with him, their precious son, and he không thể quay trở lại. Now homeless, what vũ trụ will đến chứa him now or what thế kỷ is willing to đuổi a gigantic star, which is him, vào its chuồng?

phân tích = analyze
giải thích = explain
hấp dẫn = appetizing
mực ống = squid
khắc chạm = carve
cái ghế cao = a highchair
bị tra tấn = tortured
quan tâm đến = care about
nuốt = swallow
hạt rời rạc = discrete particles
dãy ngân hà = galaxy
rộng mênh mông = immensity
giải đáp = answer
lỗ đen= black hole
trạng thái = status
xác nhận = confirm
hoàn toàn không giống ai = entirely not like anyone/wholly
    original
vật chất vũ trụ = cosmic matter
pha trộn = mix
hình thành = form
ngôi sao khổng lồ = giant star
tài phiệt dầu mỏ = oil tycoon
chuẩn tinh = quasar
đại qui mô bé nhỏ = small scale
quay quanh = spin around
mặt trời = sun
cắt hợp đồng = cut off contact
không thể quay trở lại = can't go back
vũ trụ = the universe
đên chứa = contain
thế kỷ = century
đuổi = chase
vào = in/within
chuồng = cage

This, his family once taught him, is what xấu hổ deserves, or, maybe he heard it wrong, maybe what they said is that sự công bằng can be bought, một cách dễ dàng. The very thought kéo giãn cơ thể, gân, and cơ of Armie, và even separates his bone structures like biển Đỏ. What hy vọng could he giữ chặt? He lowers his hand, searching his small body for quái vật or quái thú nào which he can cling on, but the only beast he notices is his đồ chơi sinh sản, which looks vô vọng as ever.

The moment his fingertips register recognition, a stream of ánh sáng màu vàng squirms through the darkness. Not entirely like đường chân trời sự kiện, but pretty close. Pretty fucking kinh ngạc, if you asked him. Armie wanders with không mục đích, lẻ loi like a lon Pepsi being kicked in the wind. He doesn't understand how his joy can dần bốc hơi but also quá mau. He attempts to tìm kiếm nguồn ổn định trong mình by imagining the last time he was hạnh phúc.

If Armie could have just one magical wish, he wishes thời gian could đóng băng. Not like the phim ảnh *Frozen*, but closer to siêu anh hùng, Hiro Nakamura. If he were a real anh hùng, he could di chuyển at the tốc độ ánh sáng! Hay tốc độ đêm, which his shopaholic mother used to call it as đi chợ đêm Đà Lạt. Armie không thể nào tưởng tượng được that he used to think his mother was đáng sợ. She used to mắng mỏ him for climbing into bed with dirty chân. He only thought of his mother as his nightly girlfriends tried to vượt ngục from his ghế of địa ngục. The last time he was happy, he was eating bánh bèo with his cousin, Khí, at the corner of Quasar Street and Chuẩn Tinh Avenue. He cherishes their time looking through Khí's kính viễn vọng không gian: they could see everything through that eyehole. Especially Omega Centauri and dãy ngân hà Sombrero. They were đồng minh, he and Khí, though Armie naturally liked to think that he was their rightful lãnh đạo.

xấu hổ = shame

sự công bằng = justice

một cách dễ dàng = easily

kéo giãn cơ thể = stretch the body

gân = tendon

cơ = muscle

và = and

biển Đỏ = Red Sea

hy vọng = hope

giữ chặt = hold tight

quái vật = monster

quái thú nào = what monster

đồ chơi = toy

sinh sản = reproduction

vô vọng = hopeless

ánh sáng màu vàng = yellow light

đường chân trời sự kiện = event horizon

kinh ngạc = amazing

không mục đích = no purpose

lẻ loi = lonely

lon = can

dần bốc hơi = gradually evaporate

quá mau = so fast

tìm kiếm nguồn ổn định trong mình = find a stable source
within himself

hạnh phúc = happiness

thời gian = time

đóng băng = freeze

phim ảnh = movie

siêu anh hùng = superhero

anh hùng = hero

di chuyển = move

tốc độ ánh sáng = speed of light

hay tốc độ đêm = speed of night

đi chợ đêm Đà Lạt = Dalat Night Market

không thể nào tưởng tượng được = can't imagine

đáng sợ = scary

mắng mỏ = to scold

chân = foot

vượt ngục ghế = prison escape chair

địa ngục = hell

bánh bèo = floating rice cake

Chuẩn Tinh = Quasar

kính viễn vọng không gian = space telescope

dãy ngân hà = galaxy

đồng minh = ally

lãnh đạo = leader

But, thời gian has changed them both because Khí, a phát xít now, is cấp tiến and strangely both at once mạnh mẽ and không ổn. But they share nguồn gốc, like they share máu. They both lớn lên in a fishing village that xuất khẩu fish sauce and loại giáp xác. Armie cố gắng his best to influence the hướng of their collective change, its evolution, but Khí just got too kỳ quái. He started to ngồi xổm in front of buses heading towards Quy Nhơn để phản đối his dissatisfaction with Nguyễn Xuân Phúc's chính sách đối ngoại. It was sự thật one of the most thất sủng moments of Armie's life, witnessing his BFF's yêu đắm đuối. It would have been understandable if that love has nghiêng về 1 cô gái Cà Mau. Anything else, everything else, might have been forgiven, but Khí's childish and unfound-ed protest made Armie's blood nổi lên như vũ bão. To the point where he đá his telescope and its si mê lens broke into a hundred pieces, all looking like Sappho's mảnh vỡ in glass form.

So với right now, that moment when everything sụp đổ with Khí wasn't so bad. His memory of it all has become a constellation of thiên nga, floating gracefully through Hồ Xuân Hương of his mind. If only that duyên dáng could vĩnh cửu, forever and ever. From life, he learns con đường gian nan that không có gì lasts. Desperation can breed a certain brand of habit, and Armie makes the sign of the cross and starts, "Lạy Cha chúng con ở trên," and he pauses, and he starts, "ở trên?" and he can't remember where Cha is supposed to live anymore. He genu-flects and Armie hỏi, "What is there? What is up there?" LOL, Armie is what's up there, Armie is who's ở trên trời. Is he, sau tất cả, God, and doesn't know it? But he doesn't even know anything about chính sách đối ngoại! He cho phép himself, since he is God, to be clueless about certain things. Surely, omniscience must have some hạn định.

thời gian = time
phát xít = fascist
cấp tiến = progressive
mạnh mẽ = strong
không ổn = not okay
nguồn gốc = source
máu = blood
lớn lên = grow up
xuất khẩu = exports
loại giáp xác = crustaceans
cố gắng = try
hướng = direction
kỳ quái = bizarre
ngồi xổm = squat
Quy Nhơn để phản đối = Quy Nhơn to protest
chính sách đối ngoại = foreign policy
sự thật = truth
thất sủng = disgraced
yêu đắm đuối = deeply love
nghiêng về 1 cô gái Cà Mau = leaning towards a Ca Mau gal
nổi lên như vũ bão = rise like a storm
đá = kick
si mê = delusion
mảnh vỡ = fragments
so với = compare to
sụp đổ = collapse
thiên nga = swan
Hồ Xuân Hương = Hồ Xuân Hương (a poet)
duyên dáng = graceful
vĩnh cửu = the eternal
con đường gian nan không có gì = arduous road that doesn't
    have
Lạy Cha chúng con ở trên = Our Father Heavenly
ở trên = above
Cha = Father
hỏi = he asked
ở trên trời = on the sky
sau tất cả = after all
chính sách đối ngoại = foreign policy
cho phép = allow
hạn định = limit

Tính đến nay, Armie là một động vật that is empty of sóng âm. A lifelong materialist, he không tích hợp with anything he cannot see rõ ràng. It seems, his nhiệm vụ in this life is to be a versatile phương tiện dưới nước for his aquatic memory, of his past. Nor does he have any desire to chuyển đổi himself, nor his raison d'être. He pedals his bicycle, điện of his nostalgic tư hương existence in year 2045 without cuộn dây điện dài or pin. Of course, his bicycle, even back then—ngày xửa, ngày xưa—wasn't a real one; it was kỹ thuật số, composed of số 0 and 1 in hectic rotation. His memory kết nối with the back of his skull towards his hải mã. Thay vì using his legs to power his nostalgia, his sadness is one without nguồn. In order to lưu trữ what remains of his kinh nghiệm with melancholy, he takes it upon himself to hấp thụ the surface exterior of this consciousness by placing a homemade hệ mặt trời đen panel against his occipital.

tính đến nay = as of now
là một động vật = is an animal
sóng âm = sound waves
không tích hợp = not integrated
rõ ràng = clear
nhiệm vụ = mission
phương tiện dưới nước = underwater vehicle
chuyển đổi = conversion
điện = electricity
tư hương = fragrance
cuộn dây điện dài = long electrical coil
pin = battery
ngày xửa, ngày xưa = in the past, long ago
kỹ thuật số = digital
số = number
kết nối = connect
hải mã = seahorse
thay vì = instead of
nguồn = source
lưu trữ = store
kinh nghiệm = experience
hấp thụ = absorb
hệ mặt trời đen = black solar system

Armie can hardly believe that he has the năng lượng to phát minh something so đặc biệt, considering his current state. But his formal training as an nhà khoa học ở Viện Công nghệ Massachusetts kicks in to rung động his intelligence and sáng chế into reality. Armie wishes his life weren't so literal: every phân tử in his body rung lên from his toes to his missing penis all the way up to each sợi tóc on his head. He wonders if technology không dây is born from an interlocution between God and his subordinates, e.g., loài người or earth's inmates, as if God is iCloud and Armie is iPhone. Armie and God have always had this quan hệ, they truyền words and epiphanies freely. This is why it hoang mang him when a lambent thought thoát khỏi the well-protected phạm vi of his phụ rosa and phản chiếu in a popular YouTube video clip. Who's nhiệm vụ was it to hold the máy ảnh? He is led to believe that Lucifer's tình nhân—tên Macbeth—has the thẩm quyền or responsibility. Tuy nhiên, everyone knows Lucifer's perpetual lửa makes his hands shaky, even if he khăng khăng that is his right, his bổn phận.

năng lượng = weight/energy

phát minh = invention

đặc biệt = special

nhà khoa học ở Viện Công nghệ Massachusetts = MIT
scientist

rung động = vibration

sáng chế = invention

phân tử = molecule

rung lên = vibrate

sợi tóc = filament of hair

không dây = wireless

loài người = human

quan hệ = relationship

truyền = transmit

hoang mang = confused

thoát khỏi = escape (from)

phạm vi = limit

phụ rosa = sub rosa

phản chiếu = reflection

nhiệm vu = responsibility

máy ảnh = camera

tình nhân = lover

tên = name

thẩm quyền = authority

tuy nhiên = however

lửa = fire

khăng khăng = to insist

bổn phận = duty

He has always known that the Lord of the Underworld is the siêu tụ điện of darkness, where evil is stored. Armie suspects that his disorganized sound waves never made it to ma vương as the fire on his hands keeps on trôi dạt away. He never bothered to đọc the instruction manual to learn how to sử dụng it. Armie không biết how he got to điểm này: is he really planning to chống lại the devil? Can he fight him with a máy ảnh ma or đại qui mô tech or thứ gì khác? Nghĩ lại ngày xửa at MIT, a small máy tính lửa appears in his hands. It looks like a digital cây bông hường xa lạ with a spaghettification keypad. This có thể là the saving grace that he's been waiting for, or has someone been theo dõiing him, hoping to ruin his kế hoạch? He nhấn những con số lửa vô tận into his tâm hồn's bladder in hopes to dispel sự truy lùng of the unknown. He ghi lại those blazing numbers and làm some calculus dễ, creating a đường cong to chart his số phận. Kết quả là, he accidentally invents the ký hiệu for combating ấu dâm instead of evil. His teachers told him that pedophiles are người xấu xí, and it's like he doesn't want to save humanity here, but this invention is vô ích for him now so he vứt bỏ it đi, doesn't even bother to tái chế.

Being God, Armie nhận thấy, is really không dễ.

God (Armie) cần phải thành công, he cần phải.

siêu tụ điện = super capacitor
ma vương = demon
trôi dạt = drift
đọc = read
sử dụng = use
không biết = unknown
điểm này = this point
chống lại = resist
máy ảnh ma = ghost camera
đại qui mô = large-scale
thứ gì khác = something else
nghĩ lại ngày xửa = reflecting back on the past days
máy tính lửa = fire computer
cây bông hường xa lạ = strange rose plant
có thể là = could be
theo dõi + ing = following
kế hoạch = plan
nhấn những con số lửa vô tận = press the infinite numbers
tâm hồn = soul
sự truy lùng = tracking
ghi lại = record
làm = make/do
dễ = easy
đường cong = curved line
số phận = fate
kết quả là = the result is
ký hiệu = symbol
ấu dâm = pedophile
người xấu xí = ugly people
vô ích = useless
vứt bỏ . . . đi = throw away
tái chế = recycle
nhận thấy = discovers
không dễ = not easy
cần phải thành công = must succeed
cần phải = must

GALLBLADDER WITHOUT INK

Armie's gallbladder is full of secrets. How does it feel, this swelling of honey, this excess? Armie asks himself as he walks through his hotel, Hotel Bà Rịa, which sits on the edge of a beach front. From here, it seems impossible that he should feel pain, so he decides, no, this does not hurt.

And, because it does not hurt, it seems the squid of his secret has more length to travel in and out of him. Armie considers distance, especially long distances, especially long distance lovers, to be a nuisance, and just thinking about it, his pulse starts running. First like a child through a convoluted tropical forest, with heavy, thick, luxuriant, luxuriant trees. Armie is into this, when his sleek body can run like this, without anyone's nagging interiority, quiet, without noise. Then later, when he sweats, he can smell the inevitable tennis shoes of his stinky memory. "Oh god," he yells out, "what is that smell I hear?" This smell sounds like beach plum, eel, or stingray—he isn't entirely sure.

Armie's entire life has been sure, every decision he's made, every swing of his tennis racket has been made in cold blood, every masturbation, sure, yes, always, but now, suddenly, something in him is cracking. That crack requires him to wander a little through the rice paddy of his small consciousness and consider the precise location of his ego, which is the insect of his penis. Who needs one of those? He closes his eyes, both eyes and nose, and tries to undo a motive that has begun to unravel him. He never cared about his gallbladder or his penis, dismissing them as mere greedy secrets. But, sometimes, he laments his loss of length and yearns for its longness. Perhaps his ego has plunged into the depths of a cosmic black hole, where darkness envelops him. Armie reaches out, attempting to grasp something, yet his palm remains empty, except for his fingers tightly clutching a hammer.

"Could this be my clipboard?"

TÚI MẬT KHÔNG CÓ MỰC

Túi mật của Armie chứa đầy bí mật. Cảm giác này là gì, sự sưng to của mật ong, sự dư thừa này? Armie tự hỏi khi anh đi dạo qua khách sạn, Khách Sạn Bà Rịa, nằm ở rìa bãi biển. Dường như từ đó, có vẻ như bất khả tri anh nên cảm nhận nỗi đau, vì vậy, anh quyết định, không, điều này không đau đớn.

Và vì nó không cực nhọc, mực trong túi bí mật có chiều dài hơn và thong thả thời gian hơn để chui ra chui vô thân anh như một con chuột. Armie suy ngẫm về khoảng cách, đặc biệt là khoảng cách xa, đặc biệt là những người yêu xa, như một điều phiền phất, và chỉ cần nghĩ về điều đó, nhịp đập tim của anh bắt đầu vội vàng đi địa ngục cho da. Ban đầu như một đứa trẻ xuyên qua một khu rừng nhiệt đới quanh co, với những cây cối um tùm, rậm rạp. Armie khoái điều này, khi cơ thể thanh lịch của anh có thể đi bộ như gió, không bất kỳ ai cản nhắn, rất yên tĩnh, không ồn ào. Sau khi đổ mồ hôi, anh có thể ngửi thấy mùi giày tennis, một mùi không thể lẩn tránh, gợi lại bộ nhớ hôi hám của mình. "Trời ơi," anh la lên, "Đó là mùi gì tôi nghe thấy?" Mùi này nghe giống như mận biển, lươn, hay cá đuối—anh không chắc chắn lắm.

Cả cuộc đời, Armie luôn luôn tự chủ về mọi quyết định. Nhất là quyết định rõ. Mỗi cú đánh quần vợt tennis đều được thực hiện trong tình trạng máu lạnh, bình tĩnh tuyệt đối. Mỗi lần thủ dâm, mỗi lần thỏa mãn, vâng vâng luôn luôn đúng thế. Nhưng bây giờ, đột nhiên, trong anh có một vết nứt lan rộng từ lỗ đạn ngang qua cửa sổ tâm hồn anh. Vết nứt đó yêu cầu anh phải lang thang một chút qua cánh đồng lúa trong ý thức nhỏ bé của mình và đánh dấu vị trí chính xác của bản ngã, đó là một con côn trùng của dương vật anh. Người nào cần cái đó? Anh nhắm mắt lại, cả mắt lẫn mũi, và cố gắng tháo gỡ một động cơ đã bắt đầu làm rối tung anh. Anh không bao giờ quan tâm đến lá lách hay dương vật của mình, coi chúng như những bí mật không hơn không kém, mắt to hơn bụng. Nhưng, đôi khi, anh than thở về sự mất đi chiều dài của mình và thở hổn hển độ dài của nó. Có lẽ bản ngã đã chìm sâu vào hố đen vũ trụ, nơi tận cùng và bóng tối bao phủ gân phèo phối anh. Armie vươn tay ra, cố giữ lấy cái gì đó, nhưng bàn tay anh vẫn trắng, ngoại trừ những ngón tay đang siết chặt chiếc búa.

"Có phải đây là bảng ghi chú của tôi không?"

It's quite likely, but he can't spare a moment for such deep introspection, whether profound or momentary. Just enough time for the endlessly drifting exhausted star, which devilishly journeys from one malevolent planet to the next, he looks down at his clipboard and deletes, defensively, his bad habit and sad blood.

He asks himself, "Is sad blood a type of happy blood or a blood type?"

"Did I shape an adult son who lacks such wisdom?"

Armie muses over the framework that makes up a person's being, mulling over the idea that stupidity may not be a beneficial route to understanding reality. The truth of the matter is—as Armie surveys his dominion, all he finds is darkness. A deep black, unlike his hair, but rather like a jackfruit neglected and rotten for over twenty days. The jackfruitesque black hole—a cosmic void resembling a jackfruit—has a viscosity similar to his semen. Strangely, it emits a pleasant fragrance unlike his consistently unattractive hair. Armie finds himself on the brink of ecstasy. He reaches down in search of solace, unable to suppress a fit of laughter: his sad blood isn't sad in the slightest.

Who could be tickling him now?

Who could be the source of this mirth?

Amid a fit of uncontainable laughter, Armie hollers, "Who's there?"

An abyssal void engulfs him, creating a blurry interval between the root of his strangely humorous sorrow and the hollow symphony produced by his voice box.

Following an indefinitely long silence, a clear voice resounds, echoing, "Who's there?"

Có thể mười ăn một. Nhưng anh không có thời gian rảnh rỗi để suy ngẫm xuyên thủng siêu hình, tuy sự tồn tại phù du ngắn hạn. Hay ở đây hôm nay biến mất ngày mai. Chỉ đủ thời gian cho ngôi sao mệt mỏi trôi lang thang vô tận. Một cuộc hành hương phiêu lưu từ một thiên thể ác ý này sang một thiên thể khác. Anh ta nhìn xuống bộ nhớ tạm. Với một phản ứng phòng thủ, anh chùi đi thói quen xấu và dòng máu buồn của mình.

Anh tự hỏi, "Dòng máu buồn là một kiểu máu hạnh phúc hay một loại máu?"

"Tôi đã uốn nắn một đứa con trai trưởng thành thiếu trí tuệ như vậy sao?"

Armie suy tư về khuôn khổ tạo nên con người. Anh nghiền ngẫm ý tưởng rằng sự chậm chạp ngu xuẩn không phải là một lối đi có lợi để hiểu được hiện thực. Với sự kiện thực tế của một tình huống—khi Armie nhìn xung quanh lãnh thổ của mình, tất cả những gì anh thấy chỉ là một bóng tối. Một màu đen đậm đáng sợ, không giống màu tóc của anh mà gần như một quả mít mốc me, hôi thối, xiêu vẹo, hoang vu suốt hơn hai mươi ngày. Một hố đen hình quả mít—một vùng không gian hư vô như một quả mít. Có độ nhớt tương tự như tinh dịch của mình. Thật kỳ lạ, nó tỏa ra một mùi thơm dễ chịu không giống như mái tóc của anh, luôn luôn kém hấp dẫn.

Armie thấy mình đang trên bờ vực của thiên đường thứ bảy. Anh cúi xuống để tìm kiếm sự an ủi. Anh không thể nén được một tràng cười: dòng máu buồn của anh không hề buồn chút nào.

Ai đang thọc cù lét anh bây giờ?

Ai là nguồn gốc mang lại niềm vui của cho anh?

Giữa cơn cười không thể kìm chế, Armie la lên, "Ai đó ở đó?"

Đối với anh, một khoảng trống sâu thẳm nhấn chìm, tạo ra một khoảng thời gian mờ mờ mịt mịt giữa nguồn gốc của nỗi buồn lạ lùng và hài hước. Và âm nhạc vô hình được tạo ra bởi giọng nói của anh.

Sau một hồi im lặng kéo dài vô tận, một giọng nói trong trẻo vang lên, vang vọng, "Ai đó ở đó?"

"I am here," the voice proclaims from the edge of the black hole situated meta-phorically in Armie's pubic region. The voice, as if appearing from the resort of the cosmos, dissolves his identity by revealing its infinite intergalactic territory of ambient monotone.

As the voice surfaces, Armie finds himself in a state of controlled panic, yet a glimmer of relief washes over him. Being in a black hole means he can escape the constant swirl of rumors. However, this newfound voice jeopardizes even that tiny shred of comfort he has. He ponders if this voice originates from the core of his being or has it materialized merely in response to his charmingly coy and bashful smile?

"Show yourself," Armie commands, though he feels his authority waning. The le-thal silence within the sensuous fabric and carnal tangibility of his solo discourse prompts him to realize that existence isn't just the illusion of solitude, but rather the embodiment of isolation itself. This isolation inherently inflicts a psychologi-cal jolt, causing Armie to laugh into the quiet void, recognizing the ironic reality that these days, everything seems to provoke trauma.

Minor, seemingly insignificant things like hangnails or paper cuts can harm him just as readily as a minor car accident. If these trivial injuries were to draw blood, they could quickly evolve into an embarrassing spectacle. Yet, he is unaffected by such bleeding and navigates through life like a rudderless squid with too many tentacles offering conflicting guidance. His fingers transform into suction cups: to grasp and hold is to absorb.

But where are all the delightful nipples onto which he can latch?

"Tôi đây," giọng nói phát ra từ mép của hố đen hình bóng nằm một cách ẩn dụ ở vùng mu của Armie. Giọng nói, như thể xuất hiện từ khu nghỉ mát nghỉ dưỡng của vũ trụ. Nó tan rã danh tính bằng cách phơi bày lãnh thổ vô tận giữa các thiên hà của âm nhạc đơn điệu.

Khi giọng nói hiện lên, Armie thấy mình rơi vào tình thế bình tĩnh hoảng loạn. Nhưng một chút giải tỏa nhỏ bé đã tràn ngập trong anh. Ở trong một hố đen anh có thể trốn thoát khỏi vòng xoáy liên tục của những lời tin đồn. Tuy nhiên, giọng nói mới này đe dọa ngay cả sợi an ủi nhỏ bé đó. Anh tự hỏi liệu giọng nói này có bắt nguồn từ trung tâm của bản thân hay chỉ xuất hiện như một phản ứng trước nụ cười e lệ, e ngại, duyên dáng của mình?

"Tiết lộ mặt mũi!" Armie ra lệnh, mặc dù anh cảm thấy quyền lực của mình đang suy yếu và giảm dần. Sự im lặng mạo hiểm trong sự mềm mại của vải và tính chất vật thể xác của bài diễn thuyết đơn độc khiến anh nhận ra rằng sự tồn tại không chỉ là ảo ảnh của sự cô đơn, mà là thể hiện của chính sự cô độc. Sự cô lập này vốn đã gây ra một chấn động tâm lý, khiến Armie bật cười vào vùng không âm thanh. Anh nhận ra—sự thật nghịch lý và hiện thực chua cay trong thời đại này—mọi thứ đều gây ra nỗi đau.

Những thứ nhỏ nhặt, dường như không đáng kể như mép móng bong ra hay vết giấy cắt có thể gây hại cho anh một cách dễ dàng, giống như tai nạn xe hơi vô nghĩa. Nếu những vết thương nhỏ nhặt này rỉ ra máu, chúng có thể biến nhanh—nhanh như tia chớp, nhanh với tốc độ dọc, nhanh như điên, nhanh như ngọn lửa, nhanh như gió, nhanh như bom, nhanh như một con mèo bị bỏng, nhanh như một con dơi từ địa ngục, nhanh như một viên đạn ra khỏi súng—biến thành một cảnh tượng xấu hổ.

Tuy nhiên, vấn đề chảy máu không gây thiệt hại cho anh. Anh đi qua cuộc sống như một con mực vô hướng với quá nhiều xúc tu, tạo ra những hướng dẫn mâu thuẫn. Ngón tay của anh biến thành những ly hút: bám vào và ôm chặt để thấm nước.

"Núm vú ơi! Mày ở đâu rồi?" Armie gọi.

Amidst this dark expanse every aspect of Armie, his very essence, appears unfamiliar; has he really transformed into a squid? The rules that dictate this cosmos suggest otherwise, but the graveyard or abyss of his imagination insists that the ink of his being cannot be lost: it is indelible.

The thing is: he's neither rational nor creative, never felt the need to analyze every little secret, yet, should you present this particular scenario to him, he would crave an explanation that would be as captivating as the most delectable and juicy, melt-in-your-mouth calamari dish.

In his limited understanding, his only specialization is his ability to bore a hole into his towering seat and observe people tormented with a hangman's knot.

People used to pay attention to him, and if they didn't, he would consume them, digesting their presence. He used to view humans as discrete particles, to be discarded across the galaxy as if they were disposable expansive material. Thus, Armie answers his own query: this is why he's here, inside this black hole, in this condition. He acknowledges that he doesn't quite fit into any predefined mold and the interstellar substances of this reality struggle to assimilate him into its tapestry.

Regardless of the reality he inhabits, Armie is just one colossal, radiant star. This seems fitting, given that he's the prominent offspring of an oil magnate. Yet, despite this grand scale, his personal life spins around the sun. The sun is the daystar of his quasar. Tragically, his family has severed ties with their cherished son, leaving him stranded and unable to return. Now adrift and without a home, what cosmos will welcome him or which era is prepared to lure a colossal star like him, and cage his luminosity?

Trong bầu không khí âm u u ám này, mọi khía cạnh và cốt lõi của anh đều trở nên xa lạ. Có thực sự không: anh đã biến thành một con mực? Mọi quy luật của vũ trụ này đều cho thấy một điều trái ngược. Tuy nhiên, trong khu nghĩa địa hay vực sâu của trí tưởng tượng chúng khẳng định rằng mực của bản tính Armie không thể bị triệt hạ, tiêu diệt hay xóa mờ đi.

Vấn đề ở đây là: anh không chỉ không có tài suy luận mà còn thiếu sự sáng tạo Anh chưa bao giờ cảm thấy mình cần phải phân tích từng bí mật nhỏ. Tuy nhiên, nếu bạn trình bày tình huống cụ thể này trước mắt anh, anh sẽ khao khát một lời giải thích thơm ngon, như món mực ngon miệng và mọng nước nhất.

Với sự hiểu biết hạn chế, chuyên môn duy nhất của anh là sự khoét lỗ trên chiếc ghế cao vút của mình và quan sát những người bị hành hạ như một người tù bị tra tấn bằng việc treo cổ.

Mọi người thường để ý đến anh, và nếu họ không ngưỡng mộ, tôn thờ, ái mộ anh, Armie sẽ ăn vụng họ mà không biết chùi mép. Đối với Armie, sự nghiền, sự ăn vụng, sự nhai tóp tép, sự nuốt xác thịt người không chỉ bổ mà còn dễ tiêu. Anh từng coi con người là những hạt rời rạc, được vứt đi khắp dải ngân hà như chất liệu phân hủy quang. Do đó, Armie trả lời câu hỏi của chính mình: đây là lý do tại sao anh đang ở đây, trong cái hố đen, trong tình trạng này. Armie thừa nhận rằng anh không thực sự phù hợp với bất kỳ khuôn mẫu nào được cấu hình sẵn và các chất vũ trụ trong hiện thực khó có thể hòa nhập anh vào bức tranh của nó.

Dù ở trong hiện thực nào, Armie vẫn chỉ là một ngôi sao khổng lồ, rạng ngời. Điều này có vẻ phù hợp, bởi vì anh là người con duy nhất của một doanh nhân dầu mỏ, một mèo béo, súng lớn trong thế giới kinh doanh. Mặc dù với quy mô lớn như vậy, cuộc sống riêng của anh xoay quanh mặt trời. Mặt trời là ngôi sao ban ngày trong dải ngân hà của anh. Thật đáng tiếc, gia đình anh đã cắt đứt mối quan hệ với đứa con trai yêu quý của họ, khiến anh bị bỏ rơi và không thể trở lại. Giờ đây anh lạc hướng và không có chỗ chốn dung thân, vũ trụ nào sẽ chào đón anh, thời đại nào đã sẵn sàng quyến rũ một ngôi sao khổng lồ như anh, và dám nhốt lấy ánh sáng của anh trong lồng cảnh quan?

His family had once imparted to him that shame deserved such a fate, or perhaps he misunderstood, maybe they suggested that justice could be easily purchased. This thought alone stretches Armie's physical limits, straining his muscles and tendons, and even seems to part his skeletal structure like the biblical Red Sea. In this state of turmoil, he grasps for any glimmer of hope to hold onto. But as he searches within himself, his hand drops, probing his diminutive form for some inner demon or creature to anchor onto. Yet the sole beast he identifies is his penis, which appears as hopeless as ever.

The moment his fingertips register recognition, a stream of yellow light squirms through the darkness. It's not exactly like an event horizon, but quite close—a truly astonishing experience. Armie ambles aimlessly, as forlorn as a Pepsi can being kicked by the wind. Perplexed by how his happiness fades away, slowly but rapidly dissipating. He endeavors to ground himself by recollecting the last time he felt genuine happiness.

If Armie were granted a single magical wish, he would choose the ability to freeze time. Unlike the movie *Frozen*, it aligns more with the powers of the superhero, Hiro Nakamura. If he were an authentic hero, he could travel at the speed of light! Or, at what his shopaholic mother fondly referred to as the speed of the Đà Lạt night market. Armie can hardly fathom that he once considered his mother a figure of dread. She used to chastise him for hopping into bed with dirty feet.

As his nightly companions sought to break free from the torment of hell, he regarded his mother with little affection. The last time he was happy, he was savoring and relishing floating rice cakes with his cousin, Khí, at the corner of Quasar Street and Quasar Avenue. He fondly recalls the moments they spent peering through Khí's space telescope: a portal through which they could observe the universe, like Omega Centauri and the Sombrero Galaxy: it felt as if the entire cosmos was within their grasp. While they stood as allies in this venture, Armie couldn't help but regard himself as their fitting leader.

Gia đình anh đã từng dạy anh rằng sự xấu hổ xứng đáng với số phận. Hay có lẽ anh đã hiểu lầm, có lẽ họ gợi ý rằng đạo đức có thể mua chuộc được một cách dễ dàng. Một suy nghĩ đơn lẻ này đã kéo dài vật lý của Armie, và làm căng cơ bắp gân cốt. Thậm chí làm mở rộng và tách rời cấu trúc xương như Biển Đỏ trong Kinh Thánh. Trong trạng thái hỗn loạn này, anh nắm bắt lấy bất kỳ tia hy vọng nào để níu giữ. Nhưng khi anh nhìn cao và thấp—câu cá, lục lọi, mò mẫm, thăm dò—trong bản thân nhỏ bé của mình, tay anh rơi xuống để tìm một con quỷ hoặc sinh vật ẩn giấu nào đó để neo đậu bám vào. Tuy nhiên, con quái vật duy nhất mà anh xác định được là dương vật của mình, mà dường như dương này vẫn bất lực như mọi khi, mọi thường.

Ngay khi đầu ngón tay anh nhận ra ghi nhận được, một dòng ánh sáng màu vàng bò lổm ngổm xuyên qua bóng tối. Nó không hẳn giống như chân trời sự kiện—nhưng khá gần—một trải nghiệm thực sự đáng kinh ngạc. Armie đi lang thang một cách vô định, đau khổ và cô đơn như một lon Pepsi bị gió đá. Bối rối vì hạnh phúc của mình đang dần tan biến, tan biến tho một cách chậm rãi nhưng nhanh chóng phai mờ. Anh cố gắng tìm kiếm nguồn ổn định trong mình bằng cách nhớ lại lần cuối cùng anh thực sự cảm thấy hạnh phúc.

Nếu Armie được ai đó ban cho một điều ước duy nhất, anh ta sẽ lựa chọn khả năng đóng lạnh thời gian hoặc có thể anh sẽ chọn khả năng đưa thời gian vào tủ lạnh. Không giống như bộ phim *Frozen*—nó phù hợp hơn với sức mạnh, uy thế, và quyền lực to lớn của siêu anh hùng Hiro Nakamura. Nếu anh là một anh hùng đích thực, anh có thể di chuyển với tốc độ ánh sáng! Hay theo như người mẹ nghiện mua sắm của anh thường thương ái gọi là tốc độ của chợ đêm Đà Lạt. Armie khó lòng tin rằng anh từng coi mẹ mình như một hình tượng đáng sợ. Khi Armie còn nhỏ, mẹ thường xuyên mắng vì tội nhảy lên giường với đôi chân bẩn.

Khi những người bạn đồng hành buổi tối của anh cố gắng thoát khỏi sự dày vò đau đớn của địa ngục, anh nhìn mẹ mình với ít tình thương. Niềm hạnh phúc cuối cùng anh trải qua là khi anh đang thưởng thức và hưởng thụ bánh bèo cùng người em họ của mình tên Khí, ở góc đường Quasar và đại lộ Quasar. Anh ta hồi tưởng những thời gian ngắn của nano giây, họ đã cùng nhau ngắm nhìn qua kính viễn vọng không gian của Khí: một cửa sổ mà qua đó họ có thể quan sát vũ trụ, như chòm sao Nhân Mã Ômêga (Omega Centauri) và thiên hà Mũ Cao Bồi (Sombrero): cảm giác như cả vũ trụ đang nằm trong tầm tay họ. Mặc dù họ là đồng minh trong cuộc phiêu lưu này, Armie tự ứng cử và coi mình là người lãnh đạo lý tưởng.

Time has altered them both, turning Khí into a complex figure who is paradoxically a fascist yet progressive, and simultaneously robust yet troubled. Despite their contrasting paths, they remain connected by their shared roots. Both were raised in a fishing village known for exporting fish sauce and crustaceans. Armie attempted to shape the vector of their shared evolution, but Khí's transformation took a peculiar turn, leaving them in a state of agonized rupture.

Khí began to express his discontent with Nguyễn Xuân Phúc's foreign policy by obstructing buses heading towards Quy Nhơn, an act that marked one of the most shameful episodes in Armie's life. This display of affection from his best friend was confounding and enraging to Armie. If the affection had been directed toward a girl from Cà Mau, perhaps it would have been forgivable. But Khí's irrational and immature protest stirred a tempest within Armie, so intense that he lashed out by kicking his telescope. The lens shattered into a hundred fragments, each resembling the broken pieces of Sappho's poetic work in glass form.

In hindsight, that breaking point with Khí doesn't seem so terrible compared to his present circumstances. His recollections of that period have morphed into a picturesque swan constellation, gracefully drifting through the landscape of his mind, the Hồ Xuân Hương of his consciousness. If only this grace could remain everlasting. Yet, life has taught him the harsh reality of impermanence, where nothing endures forever.

Desperation often sparks a unique set of routines, and in his longing, Armie begins to make the sign of the cross, reciting, "Our Father who art in—"

He halts, starts again with "above?" but finds that he can no longer recall exactly where the Father is supposed to reside.

Thời gian đã làm thay đổi cả hai. Biến Khí trở thành một nhân vật ngoằn ngoèo và phức tạp. Em không chỉ là người theo chủ nghĩa phát xít mà còn là người theo đuổi phong cách thời trang. Đồng thời vừa khỏe mạnh như một con bọ chét; nhưng em lại đầy rắc rối. Dù con đường của họ trái ngược nhau, họ vẫn giữ mối liên kết qua cội nguồn quê hương chung. Cả hai đều lớn lên ở một làng cá chuyên môn về việc xuất khẩu nước mắm và các loài giáp xác. Armie đã cố gắng thiết kế hình dạng tiến hóa của hai đứa, nhưng sự biến đổi của Khí lại diễn ra theo một cách kỳ lạ, để lại cho hai đứa một tình trạng đau khổ và rạn nứt.

Khí bắt đầu bày tỏ sự không hài lòng của mình với chính sách đối ngoại của Nguyễn Xuân Phúc bằng cách ngăn cản các xe buýt hướng tới Quy Nhơn. Hành động này đã đánh dấu một trong những giai đoạn xấu hổ nhất trong cuộc đời Armie. Sự biểu đạt tình cảm này từ người bạn thân nhất khiến Armie nổi điên, xù lông, sôi máu, và ngoáy mũi. Nếu tình cảm đó được dành cho một cô gái từ Cà Mau, có lẽ việc tổn thương sai lầm đó có thể được phớt lờ làm ngơ. Nhưng cuộc biểu tình vô lý và thiếu bình tĩnh thiếu khôn ngoan của em đã khuấy động một cơn bão trong lòng Armie mạnh đến mức anh ta phản đối bằng cách đạp mạnh vào kính viễn vọng của Khí. Bộ kính vỡ thành hàng trăm mảnh, mỗi mảnh lóng lánh như những đoạn thơ rời rạc của Sappho vụn vỡ trong hình dạng thủy tinh.

Khi Armie suy xét và nhìn lại phía sau—điểm cốt lõi đó với Khí có vẻ không quá khủng khiếp hay tồi tệ so với hoàn cảnh hiện tại của anh. Ký ức về thời kỳ đó đã hóa thành chòm sao thiên nga đẹp như tranh vẽ, du dương nhẹ nhàng trôi qua khung cảnh tâm trí của anh, tâm trí đó là nội tâm cao siêu của Hồ Xuân Hương. Ước gì ân sủng này có thể tồn tại cho đến khi địa ngục đóng băng. Tuy nhiên, cuộc sống đã dạy anh về sự thực tế tàn nhẫn của phù du, nơi không có gì tồn tại cho đến ngày mười hai của không bao giờ.

Sự tuyệt vọng thường khơi dậy một loạt thói quen vô song lập dị, và trong nỗi nhớ nhung đó, Armie bắt đầu làm dấu thánh giá, và đọc thuộc lòng, "Lạy Cha chúng con ở trên—"

Anh ta dừng lại, bắt đầu lại với "ở trên"? Nhưng anh không còn nhớ chính xác nơi Người Cha cư trú ở đâu.

As he genuflects, Armie finds himself pondering, "What lies above? What exists in the heavens? What lies beyond? What mysteries dwell in the sky?" Amusingly, he realizes that he is the one up there, he is the figure in the sky. Could it be possible that he is, in fact, God and unaware of it? Yet, he remains unversed in matters of foreign policy! Since he is God, he allows himself the luxury of ignorance in certain matters. Surely, even omniscience must have its limitations. As of now, Armie is an animal that is empty of sound waves. He is a staunch materialist, trusting only in that which he can visually confirm, disconnected from anything he cannot see with his own eyes.

His life's mission seems to revolve around being a flexible underwater vehicle for his aquatic memories. Nor does he have any desire to convert himself nor his raison d'être. Nostalgically pedaling through his fragrant existence on an electric bicycle, Armie rides the landscape of the year 2045, unburdened by lengthy electrical coils or plugs.

From the outset, his bicycle never physically exists. It's just a digital construct, composed in frenzied flux, a flurry of ones and zeros. Tethered to the back of his skull, his memories remain anchored in the depths of his mind, guiding him towards an oceanic metaphor. Rather than using his legs to fuel his nostalgia, his sorrow is one without an identifiable source or pedal. Attempting to preserve the remnants of his melancholic experiences, he affixes a DIY black solar panel to the back of his occipital region, absorbing the superficial layers of his consciousness.

However, his formal training as an MIT scientist switches on, stimulating his intellect and allowing him to materialize his invention. Armie yearns for a life less literal, where every aspect of his being isn't vibrating with such intensity, from his toes to his missing penis, all the way up to the tiniest strands of hair on his head. Contemplating the origins of wireless technology, he entertains the whimsical notion of it being an interlocution between God and His subordinates, perhaps with humans or earth's other inmates acting as intermediaries. God is iCloud, while Armie is an earthly iPhone. Without shoplifting God's Wi-Fi, he plugs into and becomes part of the divine network, Altostratus.

Khi anh tạ quỳ gối, Armie tự hỏi, "Cái gì nằm ở phía trên? Cái gì tồn tại trong bầu trời? Cái gì nằm xa xa bên kia? Bí ẩn gì chìm sâu trong bầu trời?" Thật thú vị, anh nhận ra rằng mình chính là người ở đó. Anh thật sự là hình ảnh trong bầu trời. Có thể là trong thực tế, anh chính là Con Bê Vàng hay Thần Thánh Vĩ Đại mà không hề hay biết sao? Bên cạnh đó, Ngài vẫn không có tay nghề về chính sách ngoại giao! Tính đến thời điểm này, Armie là một loài động vật vẳng âm thanh sóng. Ngài là một thánh chủ nghĩa vật chất cứng rắn, chỉ tin vào những thứ mà Ngài có thể xác nhận bằng thị giác, không liên quan đến bất cứ thứ gì không thể nhìn thấy bằng chính đôi mắt của mình.

Sứ mệnh cuộc đời Armie có vẻ xoay quanh việc trở thành một phương tiện dẻo dai dưới nước cho những ký ức thủy sinh của Ngài. Armie cũng không có bất kỳ nguyện vọng nào để biến đổi bản thân hay ý nghĩa cuộc sống. Đạp xe đạp điện hồi tưởng về quá khứ, qua cuộc đời thơm ngát, Ngài đi qua phong cảnh của năm 2045—không bị gò bó bởi những cuộn dây điện dài hay phích cắm.

Ngay từ đầu, chiếc xe đạp đó không hề tồn tại về mặt vật lý. Đó chỉ là một cấu trúc kỹ thuật số, được tạo thành từ dòng chảy điên cuồng hỗn loạn—một cơn lốc, một cuộn số một và số không. Buộc chặt ở phía sau đầu, những ký ức của Armie vẫn bám chặt vào sâu thẳm tâm trí, dẫn Ngài tới một ẩn dụ về đại dương. Thay vì sử dụng đôi chân để đổ xăng, để bơm khí cho niềm đam mê về quá khứ, nỗi buồn của Armie là nỗi buồn không có bàn đạp, không có nguồn gốc. Trong nỗ lực bảo tồn những dư âm của trải nghiệm u sầu, Armie tự làm một tấm pin mặt trời đen vào phía sau vùng chẩm của mình. Để hấp thụ những lớp nông của ý thức.

Dù sao đi nữa, việc được đào tạo bài bản như một nhà khoa học tại MIT đã khơi dậy trí tuệ, cho phép anh hiện thực hóa sáng chế của mình. Armie thèm núi và biển một cuộc sống ít cụ thể và ít nghĩa đen hơn, nơi mọi khía cạnh của con người anh không rung động với cường độ mạnh như vậy, từ đầu ngón chân đến dương vật mất tích, thậm chí đến cả những sợi tóc nhỏ nhất trên đầu. Khi suy ngẫm về nguồn gốc của phát triển không dây, anh mường tượng nó như cuộc đối thoại giữa Người Đấng Tối Cao và những kẻ phục vụ Ngài, có lẽ với con người hay các tù nhân của trái đất bầu tròn khác đang đóng vai trò trung gian. Chúa là iMây, trong khi Armie là chiếc iPhone trần thế. Thay vì ăn cắp Wifi của Chúa, anh ta kết nối và trở thành một mảnh vụn của mạng lưới thần thánh, CaoStratus.

Armie has always had a profound relationship with God, easily exchanging words and revelations. That's why it confounds him when a brilliant thought slips through the carefully guarded firewalls of his introspection, laid bare in a popular YouTube clip. And, who shoulders the responsibility of handling the camera?

He is led to believe that only Lucifer's lover—Macbeth—has the privilege. After all, Macbeth is a paranormal filmmaker and a documentarian. But everyone knows the relentless flame of Lucifer induces a tremor in his hands, even if he insists that it is his obligation and birthright to handle the camera himself.

He has always known that the Lord of the Underworld is the ultimate repository of darkness, a supercapacitor housing malevolence itself. He suspects his chaotic sound waves never reached the fallen angel, constantly thwarted by the ever-wandering flames on the demon's hands. Even though Armie finds it peculiar that the entitled angel never took the time to consult the instruction manual to harness and wield this power effectively, Armie wonders if he truly intends to stand against the devil. In fact, is he willing to confront the iniquitous entity with a ghost camera, some large-scale technology, or perhaps another unforeseen weapon?

Looking back on his days at MIT, a small fire computer materializes in his hands, resembling a digital and enigmatic rose plant with a spaghettification keypad. Could this be the providential breakthrough he's been searching for, or, is it possible that someone is tracking him, seeking to undermine his scheme? Armed with determination, he jots down these glowing sequences of numbers and performs some straightforward calculus, creating a curved line that charts the trajectory of his fate.

Armie luôn luôn có mối quan hệ sâu sắc với Chúa, dễ dàng trao đổi lời nói và mặc khải. Đó là lý do tại sao anh loạng choạng và hoang mang khi một ý nghĩ tuyệt vời lọt qua bức tường lửa không dây. Nó bảo vệ cẩn thận trong nội tâm và được phơi trần truồng trong một đoạn clip phổ biến trên YouTube. Và, ai chịu trách nhiệm để cầm máy quay?

Anh tin rằng chỉ có người yêu của Lucifer—tên Macbeth—mới có quyền lợi đó vì họ sinh ra với thìa bạc trong miệng. Dù sao, Macbeth cũng là một nhà làm phim huyền bí và phim tài liệu. Nhưng ai cũng biết rằng ngọn lửa không ngừng của Lucifer khiến đôi tay anh run lên. Thậm chí khi anh khăng khăng rằng đó là trách nhiệm và quyền bẩm sinh của mình để tự mình làm người quay máy.

Armie luôn biết rằng Chúa Tể của Thế giới Âm Phủ là kho lưu trữ tối thượng của bóng tối, một siêu tụ điện chứa đựng: việc ác, độc ác, xấu, sai, sai trái, vô đạo đức, tội lỗi, vô đạo, không thánh thiện, hôi, hèn hạ, tham nhũng, gian ác, sa đọa, suy đồi, hung ác, nham hiểm, xấu xa, độc hại, ác tâm, ma quỷ, quỷ quái, ma quái, đen tối, quái dị, tàn bạo, ghê tởm, đáng ghét, đáng khinh, khủng khiếp, hạ thấp, hôi hám, bẩn thỉu, râm mát, cong vênh, cong vẹo, khốn nạn. Anh nghi ngờ sóng âm bừa bãi bối rối của mình sẽ không bao giờ đến thiên thần phản bội, sóng âm liên tục bị cản trở bởi ngọn lửa không ngừng lang thang trên tay con quỷ. Armie cảm thấy lạ lùng vì thiên thần hư hỏng chưa bao giờ dành thời gian để đọc cẩm nang hướng dẫn, nhằm có thể điều khiển và sử dụng quyền lực này một cách hiệu quả. Armie tự hỏi liệu anh thực sự có ý định chống lại con quỷ độc ác hay không? Trên thực tế, anh có sẵn lòng đối mặt với thực thể vô đạo đức với một máy quay ma, một số công nghệ quy mô lớn nào đó, hay có lẽ một vũ khí không dự đoán được?

Nhìn lại những ngày tháng ở MIT, một chiếc máy tính nhỏ bé lửa hiện ra trên tay anh, giống như một cây hồng điện tử kỳ bí với bàn phím giống như sợi mì Ý. Đây có thể là sự phước lành ngụy trang mà anh đã lâu mò mẫm xung quanh, hay có ai đó đang theo dõi anh, tìm cách phá hoại kế hoạch của mình. Vũ trang với sự quyết tâm, anh ghi lại những chuỗi số sáng lạng này và thực hiện một số phép tính đơn giản, vạch ra một đường cong số mệnh của mình.

In an unexpected turn of events, he inadvertently invents a machine to combat pedophilia rather than manufacturing a weapon against malevolence. His mentors had always criticized pedophiles, deeming them vile and ugly, and it appears as though his initial intention to save humanity has been misguided. Feeling disheartened, he discards the invention thoughtlessly, without posting it on Etsy first. Assuming the role of a deity, the divine responsibility rests heavily on his strap-on synthetic penis, and the path to success is far from easy.

Nevertheless, as God, he feels compelled to succeed.

Failure is not an option for him; he must prevail.

Trong một sự kiện bất ngờ, thay vì chế tạo một vũ khí chống lại sự ác độc, anh vô tình phát minh ra một cỗ máy để chống lại nạn ấu dâm. Những người cố vấn luôn luôn chỉ trích những kẻ ấu dâm, coi họ là đê tiện, hèn hạ, xấu xí, và dường như mục tiêu ban đầu về việc cứu nhân loại của anh đã bị lạc hướng. Trong tâm trạng thất vọng, anh vô tâm vứt bỏ sáng chế của mình mà không đăng nó lên Etsy trước. Giả mạo vai trò của một vị thần, trách nhiệm thiêng liêng nặng nề đè lên dương vật giả, mà Armie đã thắt dây an toàn vào người mình. Và con đường đến thành công không hề dễ dàng.

Dù vậy, với tư cách là Chúa, anh cảm thấy bắt buộc phải thành công.

Thất bại không phải là một lựa chọn cho anh; anh phải chiến thắng.

PLAY

WIAREA: Adam, I don't know if I should tell you this. I just don't know.

WIAREA: I love you, Adam, but you are not a nocturnal creature who uses sound and light not to sleep, and your lack of insomnia is getting in the way of our friendship!

ADAM: That's your big declaration?

WIAREA: Well, I am no snowflake.

ADAM: I'd like to believe that you actually believe that, Wiarea, but let's be real here, because that's what you want: such a statement would indicate a degree of self-knowledge that you clearly don't possess.

WIAREA: Our friendship has been so dependent on you talking so much, and now that you sleep all the time, I wonder if it will die like a morning glory or simply it evaporates because it lacks the steady nutrition of gossips.

ADAM: I think what you mean is that our friendship has been dependent on you trying to play wet-nurse all day, but lactation is disgusting.

WIAREA: You have a fetish for revulsion so this seems almost unfair—to give the pretense of aversion when I know what you have been trying to tell me that your man-boobs are suddenly so dry. So let me ask again, what changed?

ADAM: You wanted us to talk, remember?

WIAREA: So talk! Make your mouth run like a gazelle.

CHƠI

(Translated by Hoàng Hưng)

WIAREA: Adam ơi, em chẳng biết có nên nói ra điều này không. Em không biết nữa.

WIAREA: Em yêu anh, Adam, nhưng anh không phải là sinh vật sống về đêm, những sinh vật dùng âm thanh và ánh sáng không phải để ngủ, và việc anh không thiếu ngủ đang cản trở tình bạn giữa hai ta.

ADAM: Đấy là điều to tát em muốn nói ư?

WIAREA: Này, em không phải là đứa mềm yếu đâu.

ADAM: Anh muốn tin là em thực ra tin vào điều đó, Wiarea, nhưng hãy thực tế một chút đi, bởi vì em muốn thế mà: để nói được kiểu đấy người ta cần một mức độ tự nhận biết bản thân rất cao, một mức mà em rõ ràng chưa đạt đến.

WIAREA: Mối quan hệ của chúng ta trước giờ vẫn phụ thuộc quá nhiều vào việc anh nói quá nhiều và giờ anh cứ ngủ suốt, em không biết liệu mối quan hệ này có chết đi như hoa rau muống sớm nở chiều tàn hay nó đơn giản chỉ tan biến thành khói sương vì nó thiếu đi dưỡng chất hàng ngày là những câu chuyện phiếm.

ADAM: Anh nghĩ điều em định nói là tình bạn của chúng ta quá phụ thuộc vào việc em cố gắng đóng vai nhũ mẫu cả ngày, nhưng bú mớm thật là kinh tởm.

WIAREA: Anh hứng tình với những thứ kinh tởm nên nói thế có vẻ không công bằng—anh giả vờ tránh né trong khi em biết rằng anh cố bảo em rằng đôi vú chảy xệ của anh đột nhiên khô cạn. Để em hỏi anh lại lần nữa nhé, điều gì đã đổi thay?

ADAM: Em bảo muốn nói chuyện cơ mà, có nhớ không?

WIAREA: Thế anh nói đi! Mở miệng nói nhanh như một con linh dương đang chạy.

ADAM: If Person #1 wants to "have a talk" with Person #2, Person #2 doesn't want to talk: I'm just following the script society has handed me.

WIAREA: What script is that? You, getting blocked out by light artificially?

ADAM: I might be sleeping again, but I haven't had a dream in nearly two decades.

WIAREA: Dreaming isn't important, but our friendship is. I want us to get back to a place in our friendship where if I want a diaper change from you, you would just do it and wouldn't try to argue with me through it.

ADAM: Do you know what I'd trade for just one of your dreams? Not even a special one, one of the boring ones where you're doing exactly what you do when you're waking.

WIAREA: The grass isn't greener on the other side, you know, Adam.

ADAM: Do you know how long it's been since I've touched natural light?

WIAREA: A few moments ago? When I asked you to talk a lot.

ADAM: *His scowl breaks, finally, and he laughs. Singing* You are my sunlight, my only sunlight, you make me nauseous, even though my whole apartment is totally without light.

WIAREA: *Crying* I think there is an invisible baby between us and you have been secretly trying to starve that baby and now, for the first time, I think you are feeding it again, except it's not milk—it's something else entirely—I can't seem to put my finger on it.

ADAM: It's not that I don't want to have an invisible baby with you, because, for real, if I were to have an invisible baby with anyone, I'd pick you—it's just, this isn't great timing. I'm finally sleeping again, and my dreams are going to come back, too, I know it. I just need—I just—I don't know what I need.

ADAM: Nếu Người #1 muốn "nói chuyện" với Người #2, Người #2 sẽ không muốn nói: anh chỉ đang làm theo điều mà xã hội đã dạy anh làm.

WIAREA: Xã hội nào dạy anh như thế?: anh, người bị che mất ánh sáng theo cách nhân tạo?

ADAM: Anh có lẽ sẽ ngủ lại được, nhưng anh chưa từng mơ giấc nào trong gần hai thập kỷ.

WIAREA: Nằm mơ không quan trọng, tình bạn của chúng ta mới quan trọng. Em muốn chúng ta quay trở về một điểm trong tình bạn này, lúc mà nếu em muốn anh thay tã cho em, anh sẽ làm ngay mà chẳng tranh cãi với em câu nào.

ADAM: Em có biết anh sẵn sàng đánh đổi điều gì để có chỉ một trong các giấc mơ của em không? Chẳng cần là một giấc mơ đặc biệt, chỉ cần một trong những giấc mơ tẻ nhạt mà em làm chính xác những gì em làm khi em tỉnh thức.

WIAREA: Đứng núi này trông núi nọ chẳng được việc gì đâu Adam, anh biết thừa mà.

ADAM: Em có biết đã bao lâu rồi anh chưa chạm vào ánh sáng tự nhiên không?

WIAREA: Một vài giây trước à? Khi em yêu cầu anh nói thật nhiều.

ADAM: *Mặt anh hết cau có, cuối cùng anh bật cười. Hát* Em là ánh dương của anh, ánh dương duy nhất, em làm anh vui sướng, mặc dù cả nhà anh tối om.

WIAREA: *Khóc* Em nghĩ có một đứa con vô hình giữa chúng ta và anh đang cố giấu em và bỏ cho đứa trẻ chết đói và bây giờ, lần đầu tiên, em nghĩ rằng anh đang cho nó ăn trở lại, có điều anh không cho nó sữa—mà một thứ gì khác hoàn toàn—em không biết diễn tả nó thế nào.

ADAM: Không phải anh không muốn có đứa con vô hình với em, bởi vì, nói thật là, nếu em phải có đứa con vô hình với bất cứ ai, anh sẽ chọn em—chỉ là, đây chưa phải lúc. Gần đây anh đã ngủ lại được, và anh sẽ lại mơ được, anh biết thế. Anh chỉ cần—anh chỉ—anh không biết anh cần gì nữa.

WIAREA: Our friendship isn't a type of silent retreat that you could just enroll in one day—I expect our friendship, at this point, to go beyond "this is your land" and "this is my land," but rather "our land" that we share intuitively. You are not you anymore and I am not me anymore. I don't want this child to be a stillborn when it has lived so successfully in you and in me for this long.

ADAM: I'm not father material. Literally, you know I'm impotent.

WIAREA: But you are not an abortion clinic either.

ADAM: Hold on now, Wi—I've never called you that before, is that weird? Is it OK? Whatever—Wiarea—that's better, that sounds more right—do we have an invisible baby or are you pregnant with an invisible fetus?

WIAREA: I'm pregnant, yes, I am afraid so—but with something I can't put my finger on—I worry if you call me "Wi"—the child in me might come out in the world with shortened limbs—or missing a pair of lungs. It won't be able to breathe right. It might not eat right.

ADAM: It was a nickname of passion. It came out, and I couldn't control it, I'm sorry, but what I'm more sorry about is that you're pregnant. I mean, I know it's not mine, because, as we both know, that's not possible because, let's face it, you're not a Biblical heroine and I was named after the drummer my mom lost her virginity to at sixteen, not the namer of things, but what I'm even more sorry about is that you're putting this on me. I don't even leave the house. What makes you think I can be a father to your fetus?

WIAREA: Do you think birth defects can happen through proximity? Can a child be delayed because a potential father figure isn't getting enough sunlight?

WIAREA: Tình bạn của chúng ta không phải kiểu nghỉ xả hơi yên tĩnh một ngày—em kỳ vọng tình bạn của chúng ta, tới thời điểm này, vượt qua kiểu "đây là đất của em" và "đây là đất của anh", nhưng sẽ là "đất của anh và em" mà chúng ta chia sẻ theo bản năng. Anh không phải là anh nữa và em không phải là em nữa. Em không muốn đứa trẻ này chết trước khi sinh trong khi nó đã sống thật khỏe mạnh trong anh và trong em đến tận bây giờ.

ADAM: Anh không làm bố được. Theo nghĩa đen đấy, em biết anh không cứng được mà.

WIAREA: Nhưng anh cũng đâu phải một phòng khám phá thai.

ADAM: Đợi đã, Wi—anh chưa bao giờ gọi em như thế, gọi thế có kỳ cục không? Có được không? Sao cũng được—Wiarea—ổn hơn đấy, gọi thế nghe đúng hơn—chúng ta có một đứa trẻ vô hình hay em mang thai một thai nhi vô hình?

WIAREA: Em có thai, đúng, em sợ rằng vậy—nhưng với thứ gì đó em không thể gọi tên chính xác—em lo rằng nếu anh gọi em là "Wi"—đứa trẻ trong em sẽ bước ra thế giới với tay chân ngắn cụt lủn—hoặc thiếu cả hai lá phổi. Nó sẽ không thể thở như bình thường. Nó sẽ không thể ăn uống như bình thường.

ADAM: Nó là biệt danh của đam mê. Nó bước ra, và anh không thể kiểm soát được nó, anh xin lỗi, nhưng điều làm anh đáng tiếc hơn cả là em có thai. Ý anh là, anh biết nó không phải của anh, bởi vì, như cả hai ta đều biết, điều đó không thể xảy ra bởi vì, hãy nhìn vào sự thật, em không phải là nữ anh hùng trong Thánh Kinh còn anh được đặt tên theo một gã chơi trống phá trinh mẹ anh lúc 16 tuổi, không phải người chuyên đặt tên cho mọi thứ, nhưng anh thấy đáng tiếc rằng em lại đổ tất cả những thứ này lên đầu anh. Anh thậm chí không ra khỏi nhà. Làm thế nào em có thể nghĩ anh là bố của con em được?

WIAREA: Anh có nghĩ là dị tật bẩm sinh có thể xảy ra do độ gần gũi không? Liệu đứa trẻ có bị đần độn bởi vì người cha tương lai không tắm đủ ánh nắng mặt trời?

ADAM: You're being ridiculous. Maybe if the fetus had half my genetic code, that might be something, but you don't alter a fetus by proximity. Not even through osmosis, well, maybe, maybe that's actually possible, I don't know. Wi-area, what's going on really?

WIAREA: I just don't want you to sleep through my pregnancy, that is all. You are my best friend and we have been through so much together. With your world cardboarded up, your view of me, and this growing baby, and of the world is getting so so limited.

ADAM: You want me to sacrifice sleep, which has been this elusive spectre teasing me for decades of my life, and now that I've finally made it material, you want me to just open the window and let it fly away forever?

WIAREA: I am not asking you to climb five mountains and two small rivers. You can still sleep—sleep is good for you, and for the baby, and even for me, but I do want you to stop dreaming. Dreaming is a type of cult-cultivating—it leads folks with a fragile morale like you to succumb to suggestions, suggestions that ride on the backdoor of your consciousness, forcing me to stop caring for the baby—because I can't help it—and rescue you from falling onto your knife.

ADAM: Stop dreaming? I haven't had a dream since I was a boy! You're the one who lives in her dreams—like this baby.

WIAREA: This baby is made of five toes, livers, and lungs, and it's real, more real than your new religion.

ADAM: You're not even showing. How pregnant are you? Jesus, are you even actually pregnant? I mean, are you?

WIAREA: I was pretty certain, but now that you fed me some seeds of doubt—maybe I am not. *Wiarea lifts up her shirt and examines her belly.* I can't tell if I am fat or if I am pregnant!

ADAM: Let me see. *Adam touches her belly. His expression changes completely.* Oh, wow, wow, oh. *His hand wanders from her belly to her back.* I can't believe it. Wow.

ADAM: Em hơi buồn cười rồi đấy. Có lẽ nếu thai nhi có một nửa bộ gen của anh, chắc sẽ có ảnh hưởng, nhưng độ xa gần không ảnh hưởng tới thai nhi được. Ngay cả sự thẩm thấu cũng không thể, thôi được, có thể, có thể nó ảnh hưởng thật, anh không biết. Wiarea, thực sự đang có chuyện gì vậy?

WIAREA: Em chỉ không muốn anh ngủ qua thai kỳ của em, thế thôi. Anh là bạn tốt nhất của em và chúng ta đã trải qua cùng nhau nhiều chuyện. Với thế giới của anh bị gói gọn trong một cái hộp, cách anh nhìn em và đứa trẻ đang lớn này, và cách anh nhìn thế giới, đều thật hạn chế.

ADAM: Em muốn anh hy sinh giấc ngủ, cái bóng ma lẩn tránh và trêu đùa anh suốt mấy thập kỷ cuộc đời, và giờ đây khi anh cuối cùng đã biến nó thành hiện thực, em muốn anh cứ mở cửa sổ ra và để nó bay đi mãi mãi?

WIAREA: Em không yêu cầu anh phải trèo năm núi hai sông. Anh vẫn có thể ngủ—giấc ngủ tốt cho anh và cho đứa trẻ và ngay cả cho em, nhưng em muốn anh dừng mơ. Nằm mơ là một kiểu vun trồng hội kín—nó khiến những người có tinh thần yếu ớt như anh tin vào các ám thị, ám thị thống trị cửa sau của ý thức, ép em phải thôi chăm sóc đứa con—bởi vì em không thể dừng được—và cứu anh khỏi ngã lên chính con dao của mình.

ADAM: Ngừng mơ ư? Anh chưa từng mơ kể từ khi anh là một thằng bé! Em mới là người sống trong mơ—như đứa bé này.

WIAREA: Đứa bé này có năm ngón chân, gan và phổi, và nó có thật, thật hơn cái tôn giáo mới của anh.

ADAM: Em thậm chí còn chưa thấy bụng. Em chửa kiểu gì? Chúa ơi, em có chửa thật không? Ý anh là, thật không thể?

WIAREA: Ban nãy em khá chắc, nhưng giờ anh gieo nghi ngờ trong em, thì em lại nghĩ mình có khi không chửa. *Wiarea vén áo lên và kiểm tra bụng.* Em không biết liệu em béo hay em chửa nữa!

ADAM: Để anh nhìn. *Adam chạm vào bụng cô. Nét mặt anh thay đổi hoàn toàn.* Ồ, chao ôi, chao ôi, ồ. *Tay anh vòng từ bụng ra sau lưng.* Anh không tin nổi. Chao ôi.

WIAREA: Wow sounds right. I don't even know who the father is. That is what makes it so special. I feel like I have been fucked just the right amount of fucks to get this anonymous kind of pregnancy—the kind that comes once in a blue moon, not because you have been careless, but because you have been intermittently careful.

ADAM: I'll be the father. I will. I'm not the biological father, obviously. I could list out the reasons why that's impossible, because you seem to think I might've seeded this in you, like, we've never had sex or even kissed, like, I'm gay, like, I haven't had an erection lasting longer than thirty seconds, like, ever, but it doesn't matter. I touched you, and I felt it. Warmth. Life. Whatever. It's real, and it's inside you, and it's becoming. It's a being that's becoming, and *Adam starts weeping* what if I fail you? What if the real father just shows up one day? What if I start dreaming?

WIAREA: Oh, stop it! Stop being so silly. I just want you to father an idea—one with photosynthesis and not fluorescent. Or maybe without you knowing—I may have raped you just a little. Not much. During one of those thirty second morning boners that you usually have—and I tried my best to hold my vaginal basin—I sort of had to tilt myself a little, leaned more to the left—to catch your semi-automatic sprinkler system—which goes on and off rather unpredictably.

ADAM: *Laughing* OK, OK, fine. But first thing's first, let's make a doctor's appointment right away. And, will you help me rip off this stupid cardboard? And, maybe I should buy a watch?

WIAREA: Why the hell would you need a watch for? When Benjamin Franklin worked on his printer, he didn't need a timepiece to measure how much ink must be spread across the ink plates. *Wiarea touches the cardboard* What kind of duct tape did you use? Why is it so sticky?

ADAM: I used a glue gun. And then I put tape on top of it, some of that heavy-duty stuff I saw on a late-night infomercial. They guaranteed it would never, ever let me down! I mean, I wanted to live on a twenty-six hour day, and if I wanted to achieve that, I couldn't let anything stop me, not even the sun. Even the smallest amount of natural light will sync up a person's circadian rhythm, and I just needed sleep so bad. Do you remember how bad it got? I didn't even feel human anymore.

WIAREA: Chao ôi nghe hợp đấy. Em thậm chí không biết ai là cha đứa trẻ. Nó đặc biệt vì thế. Em cảm thấy em đã được địt một lượng vừa đủ để mang thai kiểu nặc danh thế này—cái kiểu chỉ năm thì mười họa mới xảy ra không phải vì anh bất cẩn, mà vì anh đã cẩn thận một cách gián đoạn.

ADAM: Anh sẽ làm cha. Anh sẽ làm. Anh không phải cha đẻ, rõ là thế. Anh có thể liệt kê lý do tại sao điều đó không thể bởi vì em có vẻ nghĩ là anh đã gieo giống vào em, kiểu, chúng ta chưa từng làm tình hoặc thậm chí hôn nhau này, kiểu, anh đồng tính này, kiểu, anh chưa từng cương cứng quá 30 giây này, kiểu, đấy, nhưng chẳng quan trọng. Anh đã chạm vào em, và anh đã cảm thấy nó. Hơi ấm. Cuộc sống. Gì cũng được. Nó thật, và nó ở trong em, và nó đang sống dậy. Nó là một sự sống sắp sống dậy, và *Adam bắt đầu khóc* sẽ ra sao nếu anh làm em thất vọng? Sẽ ra sao nếu ngày nào đó người bố thật xuất hiện? Sẽ ra sao nếu anh lại bắt đầu mơ?

WIAREA: Ôi, thôi đi! Đừng ngu ngốc vậy nữa. Em chỉ muốn anh làm cha một ý tưởng—ý tưởng về quang hợp mà không phải huỳnh quang. Hoặc có thể anh không biết—em có lẽ đã hiếp dâm anh một chút. Không nhiều lắm. Trong một lần cương cứng 30 giây mà anh hay gặp—và em đã rất cố để giữ chậu âm đạo của em—em đã phải nghiêng đi một chút, tựa về bên trái—để đón hệ thống phụt bắn tự động của anh—cái thứ bật tắt thất thường.

ADAM: *Cười* OK, OK, được rồi. Nhưng ưu tiên số một là đặt hẹn với bác sĩ ngay đã. Và, em giúp anh xé cái hộp các-tông ngu ngốc này được không? Và, có lẽ anh nên mua một cái đồng hồ?

WIAREA: Anh cần đồng hồ làm cái quái gì? Khi Benjamin Franklin làm việc với máy in, ông ấy đâu cần đồng hồ để đo xem cần bao nhiêu mực để phủ hết đĩa mực. *Wiarea chạm vào bìa các tông* Anh dùng loại băng dính gì thế? Sao nó dính chặt vậy?

ADAM: Anh dùng súng keo. Rồi anh dán băng dính lên trên nó, một loại băng dính hạng nặng anh nhìn thấy trên quảng cáo nửa đêm. Người ta cam đoan nó sẽ không bao giờ làm anh thất vọng! Ý anh là anh muốn sống hai mươi sáu giờ mỗi ngày, và nếu anh muốn được như thế, anh không thể để thứ gì cản trở mình, ngay cả mặt trời. Chỉ một tí ánh sáng tự nhiên cũng đủ căn chỉnh lại nhịp sinh học của một người, và anh rất cần được ngủ. Em nhớ anh cần tới mức nào không? Anh không còn cảm thấy mình là người nữa.

WIAREA: You weren't kidding about your dreams. That is hard-core fetish there: the superglue. You know—there is such a thing as sleep masks? And, now you might need to break your windows and windshields just to get rid of the cardboard. Is your head not screwed in right? I only remember how much more enjoyable you are when you are awake—some people are just simply so irresistible when they sleep and you are simply not one of those people. I grow anxious watching you sleep.

ADAM: I'm so resistable that you raped me.

WIAREA: I didn't touch you—when I was little, my father would take my mother and me down this road where figs were falling left and right, rotting as the days go by. It would have been an absolute waste if we didn't collect them and bring them home to eat.

ADAM: So you just opened your vagina and caught my semen, like popcorn thrown in the air?

WIAREA: Well, not exactly. I had to time it just right—like the watch you want to get—does moving your bedsheets aside to clear the passage constitute a sexual assault?

ADAM: I don't know the technicalities, but it's certainly a violation, which may or may not be considered sexual in nature, but for sure, theft or robbery or something like that, but I'm no snitch, and it was your cleverness that will bring our baby into this dark world I've been living in. We can't raise a baby in the dark!

WIAREA: I am glad you understand how expensive sperm banks are.

WIAREA: Anh thật không nói đùa về giấc mơ của mình. Anh có fetish ghê đấy: keo siêu bền à. Anh biết đấy—có một thứ gọi là mặt nạ ngủ? Và, giờ anh chắc phải đập vỡ cửa sổ và cửa kính xe chỉ để vứt đi đống bìa các tông. Đầu anh không được bắt vít đúng kiểu à? Em chỉ nhớ anh vui vẻ biết bao khi anh đang thức—một số người hấp dẫn không cưỡng lại được khi họ ngủ và anh không thuộc số đó. Nhìn anh ngủ làm em lo sợ.

ADAM: Anh quá hấp dẫn không cưỡng lại được nên em đã hiếp anh.

WIAREA: Em không hề chạm vào anh—khi em còn nhỏ, bố em sẽ dẫn mẹ em và em đi dưới một con đường có sung rụng khắp nơi, thối rữa như ngày tháng trôi qua. Thật phí của giời nếu ta không nhặt mang về nhà để ăn.

ADAM: Vậy em cứ mở âm đạo ra và đón tinh trùng của anh, như bỏng ngô ném vào không trung?

WIAREA: À, cũng không hẳn. Em phải tính thời gian chính xác—như cái đồng hồ anh muốn mua—Dẹp ga giường của anh sang một bên để dọn đường có phải là tấn công tình dục không?

ADAM: Anh không biết chính xác thế nào, nhưng chắc chắn đấy là xâm hại, chưa chắc là xâm hại tình dục, nhưng chắc chắn là trộm hoặc cướp hoặc thứ gì tương tự, nhưng anh không phải kẻ chỉ điểm, và chính trí thông minh của em sẽ mang đứa trẻ vào thế giới đen tối mà anh đang sống này. Chúng ta không thể nuôi sống đứa trẻ trong bóng tối!

WIAREA: Em mừng là anh hiểu ngân hàng tinh trùng đắt đỏ như thế nào.

MUỐI & SALIVA

Trước đây, nơi này không chỉ là một vùng puddle, mà là một enormous đại dương. It đã tồn tại hàng trăm triệu years, where did its sợi hair và chiếc áo flannel go?

muối = salt

trước đây = once
nơi này không chỉ là một vùng = this was not just an area
mà là một = but it was
đại dương = ocean
đã tồn tại hàng trăm triệu = existed one hundred million
sợi = strand
và = and
chiếc áo = shirt

SALT & SALIVA

Once, this was not a puddle but the enormous sea. It used to be one hundred million years old, but where did its hair and flannel shirt go? The day I learned to walk, I scrubbed salt into my skin and buttoned every button, all the way to the top. When my face is wet with tears, my boyfriend reaches over and buttons up my face with salt and saliva. He doesn't understand my chemical composition, though: he mistakes me for a human, not unlike him, and I love him most for his simplicity. I, for once, want something understanding, something compassionate to comfort me by whispering into my ears, "Kiss me here because I have been forgotten."

Because it isn't impossible to change and learn more than once in your life. It's possible that my behavior could be granite: hard, feldspar, figuratively determinate, worthy of gaining social momentum with other igneous rocks. And yet, seen from his eyes, that same behavior is no longer solid; lighter than gas, a joyous plasma. "Touch me here where it is cavernous," I command him—of course, I have been referring to the instrument in me that is not capable of making sound, only capable of embracing darkest and recess. My words crackle, betraying the desperation that is my truth. Temporarily suspended between two trees or two ideals, I listen to the leaves being buried by the predacious wind.

"Do you remember the days before wind was invented?" I ask him.

"No," he replies, and as if exasperated by my nostalgic question, turns to the leaves, "Do you remember when you last defoliated or when you were once human—do you recall the time you last defecated?"

"I admire your youth, you know," I kiss him sweetly, "your lack of historicity."

"Don't be an old fool—the doors to outbursts and melodramas remain closed to those who get too closed to Dante's Beatrice."

"Can I tell you a story?"

"Can we pray first?"

MUỐI & NƯỚC MIẾNG

(Translated by Ly T Nguyen)

Hồi đó, nơi này không chỉ là vũng nước mà là biển cả bao la. Nó từng là một hiển hiện với cả trăm triệu tuổi, nhưng tóc và áo nỉ của nó đi đâu rồi? Cái ngày ta tập đi, ta chà muối vào da và gài từng cái nút một, từ dưới lên trên. Khi gương mặt ta hoen lệ, trai vươn tay tới và gài nút mặt ta với muối và nước miếng. Trai đâu hiểu thành phần hoá học làm nên ta: trai tưởng ta là người, không khác hẳn, ta yêu hắn nhất là vì sự chân chất ấy. Chỉ là ta, một lần này, muốn sự gì thông hiểu, sự gì thương xót, đến an ủi ta bằng cách thì thầm vào tai, "Hôn ta đi bởi ta đã bị lãng quên."

Bởi vì thay đổi nhiều hơn một lần trong đời không phải điều bất khả. Có khả năng rằng cách ta cư xử như đá hoa cương: cứng cỏi, tràng thạch, được xác định như nghĩa bóng, gây nên động lực xã hội như các loại đá lửa khác, tất cả đều xứng đáng. Vậy mà, nhìn theo mắt hắn, cách cư xử đó không còn rắn chắc; nhẹ hơn khí, trạng thái plasma vui vẻ. "Hãy cầm nắm ta nơi đây hang động," ta ra lệnh—tất nhiên là đang nói về cái nhạc cụ trong thân, thứ không thể tạo ra âm thanh, chỉ có thể bao bọc lấy bóng tối được lấp đầy. Ngôn từ ta nổ lửa, phản bội lại niềm tuyệt vọng chính là sự thật của ta. Tạm lửng lơ giữa hai hàng cây hay hai lý tưởng, ta nghe tiếng lá vùi lấp trong cơn gió hung mỗi.

"Em có nhớ cái thời trước khi gió được tạo ra?" Ta hỏi trai.

"Không," trai trả lời, dường như bực bội bởi câu hỏi hoài niệm của ta, quay sang những chiếc lá, "Nàng có nhớ lần cuối cùng nàng rụng lá hay khi nàng từng là con người—nàng có hồi tưởng được lần cuối cùng nàng đại tiện?"

"Ta ngưỡng mộ tuổi trẻ của em, biết không?" Ta hôn trai ngọt ngào, "không một chút lịch sử."

"Đừng làm kẻ cao niên khờ khạo—những cánh cửa dẫn tới những cơn bộc phát và kịch nghệ luôn ở cạnh với những người quá gần gũi với Beatrice của Dante."

"Ta kể em nghe chuyện nhé?"

"Mình cầu nguyện trước được không?"

187

My boyfriend interlocks his fingers with mine and closes his eyes, but I don't want to play this game with him. Despite my opposition, I close my eyes and utter the obvious, "Dear God, it has been one hundred million years since I last confessed." I know I'm being petty and he'll probably pout forth a storm, one that can never be un-done, and we are both too immature to admit that we alone are the genesis of every single artificial apocalypse. I do wonder though: is extensive crying a type of apocalypse?—as a geologist once discovered that approximately 232 million years ago, the Carnian age to be precise, it rained for one to two million years straight.

As anticipated, my boyfriend becomes a gale of destruction, crashing furniture and scattering a mosaic across the floor; I stare straight ahead because I will not satisfy him further by rolling my eyes. Instead, I try to cry for about four hundred million years straight, but the clouds, hanging not like chandeliers above me, begin to retaliate by making my boyfriend too Germanic as in the early eighteenth century. Finally, he slams the front door, and from the outside, he screams, "And no, I don't accept your apology, and I won't, like ever, so don't, OK, like, ugh!" How histrionic of him to want everything at once: me an embodiment of Noah's Ark and he the animal that won't walk up the planks in obedient pairing before the Great Flood.

Without him, I instantly regress to pubescence. Of course, the adolescent response is to take myself to heart through my stomach by walking my cup of ramen noodle to the microwave and hitting the short-handed automatic number 3 for three minutes.

I had only wanted for him to listen to a story.

Trai đan tay với ta và nhắm mắt lại, nhưng ta không muốn chơi trò này với hắn. Bất chấp sự phản đối của bản thân, ta nhắm mắt lại và thở ra những điều dĩ ngẫu, "Lạy Chúa, đã 100 triệu năm kể từ lần cuối ta xưng tội." Ta biết ta chấp nhặt và hắn hẳn sẽ bĩu môi tạo ra một cơn bão, một cơn bão không thể hóa giải, và cả hai đều quá non nớt để thừa nhận rằng chỉ hai ta là nguồn gốc của mọi ngày tận thế nhân tạo. Ta vẫn tự hỏi thật lòng: khóc nhiều có phải là một dạng ngày tận thế?—như một nhà địa chất từng phát hiện ra khoảng 232 triệu năm trước, chính xác là tại giai đoạn Carnian, trời đổ mưa liên tục suốt cả một hai triệu năm.

Đúng như dự đoán, trai biến thành một cơn cuồng phong, đập vỡ đồ đạc và tung bức tranh khảm khắp sàn nhà; ta nhìn thẳng về phía trước, không đảo mắt, không cho hắn hài lòng hơn nữa. Thay vào đó, ta cố gắng khóc cho 400 triệu năm, nhưng những đám mây treo lơ lửng không giống đèn chùm trên đầu bắt đầu trả đũa bằng cách biến trai của ta trở nên quá Đức như hồi đầu thế kỷ 18. Cuối cùng, trai đóng sầm cửa trước, và từ bên ngoài, hắn hét lên, "Không, tôi không chấp nhận lời xin lỗi của nàng, và tôi sẽ không bao giờ, nên đừng, OK, kiểu như, ugh!" Thật là kịch nghệ khi trai muốn tất cả cùng một lúc: ta là hiện thân của con Tàu Nô-ê và hắn một con thú sẽ không bước lên ván theo cặp ngoan ngoãn trước trận Đại hồng thủy.

Không có hắn, ta lập tức nghịch hành về tuổi dậy thì. Tất nhiên, phản ứng của thanh thiếu niên chính là đi vào tim qua dạ dày bằng cách bỏ cốc mì ăn liền vào lò vi sóng và nhấn số 3 tự động cho ba phút.

Ta thực sự chỉ muốn hắn nghe một câu chuyện mà thôi.

That takes place near an ash tree after a mother gives birth to potentially virgin triplets with names: Clotho, Lachesis, and Atropos. If my boyfriend were still here, he would sneer at me with incredulity, assuming that I meant the mother was potentially a virgin, but my story would never contain something so obviously borrowed. My boyfriend used to drag me out of the bedroom by my ponytail, which says a lot about his delivery preferences. Would he feel vindicated to know this was also the mother's method of delivery, although less a preference than an urgency, fistfuls of baby—one and then the next—catching against bone and amniotic slick? Still without name, the mother attached Clotho to her left nipple, and Lachesis tore free next and busily clamped onto her other nipple, and by the time Atropos felt the oppression of gravity for the first time, the mother had no more breasts. Their cries, emerging out of that concave, were enormous, capable of being swampy with steppes and tundra in their highly neonatal coniferous laments. Without the threads of milk connecting the mother to the three squealing mouths before her, the future seems almost helpless. If my boyfriend were still here, this is the moment when I'd press pause on the story and force him to look at me, dramatically, and I'd say, with neither irony nor rhetoric, "The future doesn't seem almost helpless; the future, my darling, is one futile bitch," and I'd force him to kiss me because I will never ask for his consent. My face, after all, is a thousand mirrors waiting to be awoken by the vociferated shrieks of his manhood, hiding between two sandcastles built overnight by the imprimatur of contemporary METOOness. But my boyfriend isn't here. He hasn't been here for a very long time now and I suspect I will ache less and less, unless of course, in the extended course of his absence, he forbids me to want him, in which case I will declare myself a virgin without anyone's consent, let alone the mutual agreement made between his semen and my vagina postcoitally. I have always wanted beyond my means, but for me, the simple desire to tell a story tips to scale and my body is a big sack of iron on the floor, too heavy to be swept into a dustpan for efficient disposal. I bleed profusely now, which is one way of saying that it's impossible for me to build a house near a river where all the rivers used to meet and so it goes: it's just me and barrenness and irrational profusion.

Chuyện bắt đầu gần một cây tần bì sau khi một Mẫu sinh bộ ba có thể còn trinh với những cái tên: Clotho, Lachesis, và Atropos. Nếu trai vẫn còn ở đây, hắn sẽ cười khẩy với vẻ hoài nghi, cho rằng ta đang nói về người mẹ có khả năng là một trinh nữ, nhưng câu chuyện ta kể chẳng bao giờ đi vay mượn. Trai hồi trước thường túm tóc kéo ta ra khỏi phòng ngủ, điều này thực ra thể hiện rất nhiều về cách vận chuyển ưa thích của hắn. Liệu hắn có thấy hết oan ức nếu biết rằng đây cũng là cách Mẫu sinh nở, dù khẩn cấp hơn là ưa thích, em bé từng nằm một—hết đứa này đến đứa khác—túm vào xương và nước ối? Vẫn chưa có tên, Mẫu gắn Clotho vào núm vú bên trái, xé Lachesis khỏi mình và kẹp vào bên còn lại, và khi Atropos lần đầu cảm nhận sự bạo ngược của trọng lực, Mẫu đã không còn vú. Tiếng khóc của chúng, vọng ra từ cái vũng đó, đầy ắp, có thể thành đầm lầy chứa các thảo nguyên và lãnh nguyên trong tiếng than thở sơ sinh của loài lá kim. Không có dòng sữa nào nối kết Mẫu với ba miệng non kêu khóc trước mình, tương lai dường như vô vọng. Nếu trai vẫn ngồi đây, chính lúc này ta sẽ tạm dừng kể chuyện và ép hắn nhìn ta, đầy kịch tính, rồi ta sẽ nói, không mỉa mai cũng không hùng hồn, "Không phải là tương lai trông thật vô vọng; tương lai, người tình ạ, là một con khốn vô ích," rồi ta bắt hắn hôn ta bởi vì ta sẽ chẳng thèm hỏi nếu hắn thuận lòng. Khuôn mặt ta, rốt cục lại là một ngàn tấm gương chờ đợi tỉnh thức bởi những tiếng thét chói tai của nam tính của trai, lẩn trốn giữa hai lâu đài cát được vực dậy qua đêm bởi những tuyên bố chấp thuận phong trào chống xâm phạm tình dục đương đại METOO. Nhưng trai không có ở đây. Hắn đã không ở đây lâu lắm rồi và ta nghi rằng các cơn đau sẽ ít dần, tất nhiên là ngoại trừ việc trai, trong thời gian dài vắng mặt, cấm ta ham muốn hắn, nếu vậy thì ta chính là trinh nữ mà không cần bất kỳ ai đồng thuận, chứ đừng nói về sự thỏa thuận chung giữa tinh dịch của trai và âm đạo của ta sau khi giao hợp. Ta lúc nào cũng muốn nhiều hơn ta có, nhưng với ta, cái ước vọng kể chuyện giản đơn dồn lại một đầu cân, cơ thể ta là bao sắt lớn trên sàn, quá nặng để có thể quét vào thùng rác cho dễ dàng rũ bỏ. Ta chảy máu trùng trùng và đây là một cách để nói rằng ta không thể xây nhà cạnh con sông nào là nơi mọi con sông chảy tới và bởi vậy: chỉ có mình ta với sự cằn cỗi và dồi dào phi lý.

In a time so long ago, lifetimes before this most recent failed incarnation of boy-friend held my hand for the first time, I sacrificed my levity and my gills in order to learn how to walk. I don't miss my bloated fish face, nor how cold-blooded I used to be, or how everyone thought I was a Pisces simply because I knew how to swim, but now that I have only the promise of this lonely eternity stretching its flashing grin at me, I miss the efficiency of my old body. Though I must admit that I don't miss the fear of kissing, French kissing, someone and mistaking their tongue for a hook or line or worm, fearing that they might tear my sublingual gland apart. And yet—these centuries have instructed me to finally recognize that fear is universal and awful and one never acclimates to its terror, two if by land, two if by sea, never the same and always so.

They say you can recalibrate your consciousness after you learn how to change out of your ontological uniform and become something new—this is, of course, a lie told to inflict incarnation onto something that could only be permanent. I thought it was my destiny to make truth out of theory, I fancied myself an alche-mist. When I could walk again, after cuttlefishing myself out of that petrified ocean floor, I learn that camouflaging isn't magical or transformative as everyone is led to believe: only a spineless person without purpose, still a concubine to survival, would ever consider blending in with their environment as phosphorus. It's hard for me, despite the centuries of hindsight, to justify my subscription to the religion of camouflage, but I suspect it must've been profitable for me. I choke often on profits: millions of minnows passing through the primary gates of my esophagus and I, being not completely a transformed amphibian yet, misunder-stood consumption for a type of passage of time. More than once, I've choked on the cum of prophets, not this most recent boyfriend, of course, nothing prophetic about that one. Some say that the future is hard to swallow—this couldn't have been more truthful for me, accepting un-quaffable blowjobs for telescoping ora-cles as a type of morality.

How long have I been weeping now and for such a common man?

The possibility is endless.

Tại một thời điểm xa xôi, hàng kiếp người trước khi phiên bản hoá thân thất bại gần đây nhất của trai nắm tay ta lần đầu tiên, ta ruồng bỏ tự do cười nói và mang cá để tập đi. Ta không nhớ gương mặt cá phù nề của bản thân hay là dòng máu lạnh hay việc tất cả đều nghĩ ta là Song Ngư chỉ vì ta biết bơi, nhưng giờ khi chỉ có lời hứa của sự vĩnh cửu cô đơn với nụ cười mỏng dẹt hướng tới mình, ta nhung nhớ năng lực của cơ thể cũ. Dù ta phải thừa nhận rằng ta không nhớ nổi sợ khi hôn, hôn kiểu Pháp, ai đó và nhầm cái lưỡi của họ với lưỡi hay dây câu hay mồi cá, sợ rằng họ có thể xé nát tuyến dưới lưỡi. Vậy mà—những thế kỷ này đã hướng dẫn để ta nhận ra rằng sợ hãi mang tính toàn cầu và khủng khiếp và điều thứ nhất, không ai có thể thích nghi được với nỗi kinh hoàng của nó, thứ hai, nếu bằng đường bộ, hoặc nếu bằng đường biển, các nỗi sợ không bao giờ giống nhau và luôn luôn như vậy.

Họ nói rằng người ta có thể căn chỉnh lại ý thức sau khi học cách trút bỏ bộ đồng phục bản thể và trở thành điều gì mới—điều này, tất nhiên, là lời nói dối để giáng nghiệp đầu thai vào những gì vĩnh viễn. Ta từng nghĩ cơ nghiệp của mình là tạo ra sự thật từ học thuyết, ta mơ mộng làm nhà giả kim. Khi ta có thể đi lần nữa, sau khi tự câu mực khỏi đáy đại dương hóa đá đó, ta nhận ra ngụy trang không phải là phép thuật hay biến đổi như niềm tin mọi người được dạy: chỉ có kẻ nhu nhược không mục đích, vẫn làm vợ lẽ cho việc sinh tồn, thì mới cân nhắc việc chìm vào với môi trường sống của họ như chất phốt-pho. Thật khó, bất kể hàng thế kỷ suy xét lại, để biện minh cho việc ta chạy theo tôn giáo ngụy trang, nhưng ta ngờ rằng điều ấy hẳn đã mang lại cho ta lợi nhuận. Ta thường bị sặc lợi nhuận: hàng triệu con cá tuế đi qua các cửa chính của thực quản và ta, chưa hoàn tất quá trình biến đổi để thành một loài lưỡng cư, đã hiểu lầm việc tiêu thụ với một loại thời gian trôi. Hơn một lần, ta đã sặc bởi tinh dịch của những nhà tiên tri, tất nhiên không phải trai này, hẳn thì chẳng có gì mang tính tiên tri cả. Người ta nói rằng tương lai thật khó nuốt trôi—điều này không thể nào đúng hơn hơn đối với ta, chấp nhận những màn thổi kèn không thể chối cãi cho các nhà tiên tri kính viễn vọng như một loại đạo đức.

Đã bao lâu rồi ta vẫn hằng than khóc và cho một kẻ tầm thường như vậy?

Mọi khả năng đều vô tận.

I've bedded honest Messiahs and then promptly buttoned myself clean: this boyfriend is not the decadence that will mark the overture to my decay. This boyfriend, specifically, is not my savior: he is just not; he is too liberal, always having a one-way conversation with Lady G and swallowing chia seeds, pretending they were the reproductive fluid of my previous lovers. Have I ever been this foolish? It's hard to say: after all, my boyfriend is not gay; he is just super-religious about whom I have dated. Worshipping not me but those who have come before him. I have been warned, or rather told that this would happen—it's one of the few benefits of bedding virtuous soothsayers and manly sibyls.

I reject—all of it. Until I couldn't take it anymore. Because I can't take this anymore: who is my reflection? I sob into my boyfriend's reliable, mirrorless armpit and implore, "Tell me my future even though your sight is impotent."

Because my vision is fine, once again, I gather myself into a solid human, slide open a window, and escape. The key here is to keep all of my loose atoms near the bedroom door. Bioluminscent, they can guide my return, if I so choose, but I've never returned to the site of heartbreak. My memory doesn't drink salt, and the last drop that quenches my thirst has been ichor. My boyfriend's departure scrambled everything: I named it my-achy-breaky-heart, but I just need some electrolytes and greasy calories. When I was a fish, juicy hamburgers from McDonald's were all I craved and now that my heartbreaks have returned, I wonder if they would ever let a fish order from a kid's menu?

Ta đã đồng sàng với những Đấng cứu thế trung thực và rồi nhanh chóng gài cúc sạch sẽ cho mình: trai này sẽ không phải là kẻ suy đồi đánh dấu sự suy tàn của ta. Đặc biệt là trai này sẽ không phải người cứu thế: chỉ là hắn không thể; lúc nào cũng nói chuyện một chiều với Lady G và nuốt hạt chia, giả vờ như chúng là dịch sản của người tình trước của ta. Đã bao giờ ta lại ngu ngốc thế này? Khó nói: suy cho cùng, trai ta không phải là người đồng tính; hắn chỉ là kẻ sùng tín với những người tình cũ của ta. Không tôn thờ ta mà là những người trước hắn. Ta đã được cảnh báo hay đúng hơn là được biết rằng điều này sẽ xảy ra—đây là một trong số ít những lợi ích của việc ngủ với những tiên tri đạo hạnh và những bà đồng cổ xưa nam tính.

Ta khước từ—mọi sự. Cho đến khi ta không thể chịu đựng được nữa. Bởi vì ta không thể nào chịu đựng được nữa: hình ảnh nào phản chiếu ta? Ta nức nở vào khuôn nách đáng tin cậy và không gương của trai và cầu khẩn, "Tiên đoán tương lai cho ta dù cho tầm nhìn em bất lực."

Bởi vì tầm nhìn của ta hoàn toàn bình thường, một lần nữa, ta thu nhặt bản thân thành một con người vững vàng, hé mở một cánh cửa sổ, rồi bỏ trốn. Điều quan trọng là phải giữ mọi nguyên tử lẻ gần cửa phòng ngủ. Huỳnh quang sinh học, chúng có thể dẫn ta quay về, nếu muốn, nhưng ta không bao giờ quay trở lại nơi tim vỡ. Ký ức ta không uống muối và giọt cuối cùng làm thoả cơn khát của ta vẫn luôn là nước mủ—máu thần. Sự ra đi của trai đã xáo trộn mọi điều: Ta gọi đó là trái tim tan vỡ, nhưng ta chỉ cần một ít điện giải và calo béo. Hồi còn là cá, lúc nào ta cũng chỉ thèm thịt bánh hamburger mọng nước của McDonald và bây giờ những cơn đau tình đã trở lại, không hiểu liệu họ có cho phép cá gọi món từ thực đơn trẻ em?

GIỮA THẾ KỶ 27

Pitaya là một triết gia famous in the sci-fi world giữa thế kỷ 27. Cả ngày she just nở fragrant ideas. Tin đồn states that she was born from a small nữ quyền dragon, the color of a star. Pitaya sự thức has an uncanny amount of self-nhận đầy phê phán. She is a daughter of many violent things, bao gồm lý thuyết and triết học of the past before the 7th Sentinel regains their Intergalactic Ngai vàng. As such, it is her trách nhiệm to prosecute kẻ ăn cắp thời gian. Empty không gian has plenty of black thủ đoạn, hiding in plain tầm nhìn. That is why it is so khó khăn to find them: space is just một expanding sân chơi. The entire 24th century was hoàn toàn bị đánh cắp by the Agra Twins, and 24th century was most responsible for the phát triển of technology du hành thời gian. Now, three centuries later, Pitaya vẫn còn đau đầu because of those Agra Twins, aka the Ác Tâm Twins. Because she is more of a philosopher than a thám tử, she has been racking her brains on how to capture them. She has ba bộ não, comprising of mười nghìn neurological vùng. Tuy nhiên, in moments like this, she still lắc and lật lại her Magic 8-Ball for some khiêu khích. Prime numbers have been known amongst một nhóm các nhà toán học thực nghiệm to be god's subconsciousness displayed in measurable numbers. She has had this đồ chơi since thế kỷ 22, and it chưa bao giờ been correct. It has a total of 282589933-1 eyeballs, an important số nguyên tố, which rotates 90 degrees whenever it attempts to make a dự đoán. It's dễ hiểu why she thinks it might bộc lộ the precise coordinates where the Ác Tâm Twins trốn. For far too long, they have employed bất chấp thủ đoạn to evade Pitaya's solar spaceship.

giữa = mid/between
thế kỷ = century
là một triết gia = philosopher
giữa thế kỷ 27 = mid-27th century
cả ngày = all day
nở = bloom
tin đồn = rumors
nữ quyền = feminist
sự thức = really
nhận đẩy phê phán = critical awareness
bao gồm = including
lý thuyết = theory
triết học = philosophy
ngai vàng = throne
trách nhiệm = responsibility
kẻ ăn cắp thời gian = time thieves
không gian = space
thủ đoạn = cunning/sinister
tầm nhìn = sight
khó khăn = difficult
một sân chơi = a playground
hoàn toàn bị đánh cắp = entirely stolen
phát triển = development
du hành thời gian = time traveling
vẫn còn đau đầu = still has a headache
ác tâm = evil/malevolent
thám tử = detective
ba bộ não = three brains
mười nghìn = ten thousand
vùng = regions
tuy nhiên = nevertheless
lắc = shakes
lật lại = flips over
khiêu khích = words of encouragement
một nhóm các nhà toán học thực nghiệm = a group of ex-
    perimental mathematicians
đồ chơi = toy
chưa bao giờ = has never been
số nguyên tố = prime number
dự đoán = prediction
dễ hiểu = easy to understand
bộc lộ = reveal
trốn = hide
bất chấp thủ đoạn = sinister tricks

Piyata doesn't want to drown in her thù hận, but what lựa chọn does she have when her soulmate biến mất vào hố đen of the 24th century and hasn't been found? The khủng hoảng she felt after that loss was like a hàm số mũ, luôn luôn nhân lên. The effect is similar to "ma trêu," taking possession of her. Pitaya thực là ghét it when this happens, and she has a lý thuyết on how to stop it. She would pretend that part of her soul, the part that is devoted to her soulmate, has đi sơ tán ở trong vùng núi sâu of Jupiter. It's been three centuries, and she cảm thấy hài lòng that her partner still has so much ảnh hưởng over her, and she wonders if she would still love her at all if she hadn't mất tích. Vĩnh hằng is strange in terms of time annihilation, in that, what gets erased can become bất diệt. It takes all of Pitaya's sự dí dỏm to tồn tại as an immortal; no one offered her any lời khuyên, so she had to tìm ra her strategies on survival by herself. She has sought out ma cà rồng and werewolves for guidance, but their thirst for blood and their siêu bản ngã get in the way. Vả lại, did she thật sự nghĩ that those characters xứng đáng to offer her guidance? She hiểu rằng that người ăn xin can't be người lựa chọn and their wild lifestyle and life choices cung cấp her một lộ trình hướng dẫn khác, one that could có tiềm năng combat the Ác Tâm Twins. If not for those twins thúi, tất cả trong tất cả, she không thể phàn nàn about life on Jupiter, even if she does sometimes feel cô đơn and she mơ for một người bạn trong một người bạn tri kỷ.

thù hận = hatred/vengeance
lựa chọn = choice
biến mất vào hố đen = disappears into the black hole
khủng hoảng = crisis
hàm số mũ = exponential function
luôn luôn nhân lên = always multiplying
ma trêu = taunted by ghost
thực là ghét = really hate
lý thuyết = theory
đi sơ tán ở trong vùng núi sâu = evacuated deep in the mountain
cảm thấy hài lòng = feel satisfied
ảnh hưởng = effect/influence
mất tích = disappear/to be missing
vĩnh hằng = eternity
bất diệt = immortal
sử dí dỏm = wit
tồn tại = exist
lời khuyên = advice
tìm ra = find out
ma cà rồng = vampires
siêu bản ngã = super ego
vả lại = furthermore/moreover
thật sự = really
nghĩ = think
xứng đáng = to be worthy of
hiểu rằng = understand
người ăn xin = beggars
người lựa chọn = choosers
cung cấp = provide
một lộ trình hướng dẫn khác = a different route of guidance
có tiềm năng = potentially
thúi = stinky
tất cả trong tất cả = all in all
không thể phàn nàn = can't complain
cô đơn = lonely
mơ = dream
một người bạn trong một người bạn tri kỷ = a friend in a soulmate

She does some nghiên cứu on the Stinky Twins—they were created as người giả in a Dòng Vô Tính factory. Không may, the công nhân were not very khéo léo in their construction. They vô tình and inadvertently dropped into their artificial khởi nguyên pool too many anger-causing gene HTR2B, which is responsible for bốc đồng and bạo lực temperaments in human beings. Không có ai đó có thể chuẩn bị for the mức độ of độc ác those Ác Tâm Twins contain. One of the few batches came out bị biến dạng and had to be discarded, but the twins survived the clinical disposal. The tin đồn, which Pitaya hardly believes but she thừa nhận that it's a pretty story, has it that after they were thrown in the thùng rác, they nắm chặt each other and nhất quyết to sống and that determination alone saved them. The trashcan was their thời gian ủ bệnh, where they were able to merge their electromechanical shadows with what they liked to call "bionic" phở to create a constant state of sleep paralysis for their consciousness. In that state, they không thể cựa quậy được and their bodies felt lạnh khủng khiếp, and so they hy sinh their individuality and hợp nhứt to become one.

When they were coalesced, though not homogenized, các bộ phận cơ thể khác nhau were not created in the original intended destination, ví dụ: one of their miệng was displayed on one of the twins' hips so that when they speak, their trapped voice echoes like a khoảng trống chamber. It took many decades, and thỉnh thoảng they hated each other with such lòng sốt sắng that they had Bà Đồ Tể's number on speed dial, but sau cùng, they rose to be tai hại hơn hết in all the galaxies combined. Grandma Butcher specializes in the extreme stretching of flesh before chopping them into various parts—she treats all vật chất tồn tại as if they were caramelized candies, melted, kéo dài, and then divided into edible components.

nghiên cứu = research
người giả = fake humans
dòng vô tính = clone
không may = unfortunately
công nhân = worker
khéo léo = careful
vô tình = accidentally
khởi nguyên = genetic
bốc đồng = impulsive
bạo lực = violent
không có ai đó có thể chuẩn bị = nobody could prepare
mức độ = degree
độc ác = evil
bị biến dạng = deformed
tin đồn = rumor
thừa nhận = admit
thùng rác = trash can
nắm chật = hold tightly
nhất quyết = determine
sống = live
thời gian ủ bệnh = incubation period
phở = phở
không thể cựa quậy được = unable to move
lạnh khủng khiếp = very cold
hy sinh = sacrifice
hợp nhứt = merge
các bộ phận cơ thể khác nhau = different body parts
ví dụ = for example/instance
miệng = mouths
khoảng trống = void
thỉnh thoảng = sometimes
lòng sốt sắng = zealous
Bà Đồ Tể = Grandma Butcher
sau cùng = eventually
tai hại hơn hết = the most evil of all
vật chất tồn tại = material existence
kéo dài = stretched

"Đủ là đủ," yells Pitaya, "their sad câu chuyện sáng tạo does not bù đắp for their fundamental evil!"

Pitaya plans to meet Ma Cà Rồng Nghệ An at the SKCC (Serial Killer Convention Center) in Galaxy Q2X. She thương tiếc that they required proof of no less than một ngàn murders to even đăng ký for the four-day event. There is an underground fake proof maker ran by Earth's most prolific giết người hàng loạt, Pedro López, which her delicate phụ tá set an appointment for her a few months ago and which she intends to meet in one of the dark hẻm of SKCC.

"You know," the notorious serial killer says, "I hate to leave you feeling so thất vọng and honestly I muốn giúp đỡ you, tiếc là the SKCC employs the best người kiểm tra thực tế."

Pitaya would have normally be wary of her own safety, but The Monster of the Andes, Colombian born, only specializes in việc giết các bé gái—Pitaya, after all, is over bốn thế kỷ old. To control the power, she says, "Em để nghị rằng chị nên làm gì?"

To rebalance their cấu trúc quyền lực, the Monster of the Andes responds, "You need to convert the Twins into Ecuadorian girls—they tend to be more 'trusting' and 'gentle' and ngây thơ and I could rape them better."

Pitaya tries to che her khinh thường: he really is a quái vật. Despite her ghê tởm disgust of him, she wonders if he qualifies to be a serial killer chuyên gia—he only raped and murdered only about 110 girls. She needs để tìm ít nhất ten more giống như thằng quái vật này to get into SKCC! Dòng Vô Tính Factory, where the Twins were created, clones material objects in wholesale lô, and if only she had unauthorized access to their sổ tay tái sản xuất she can easily be qualified for SKCC's phí vào cửa. She realized then that her giải pháp is vô dụng—she would only giới thiệu thêm killers and ác quỷ into this world, which is not her mục đích chính and she suspects that she would need to cập nhật her plans.

đủ là đủ = enough is enough
câu chuyện sáng tạo = creation story
bù đắp = make up for
Ma Cà Rồng = vampire
Nghệ An = convention
thương tiếc = regret
một ngàn = one thousand
đăng ký = register
giết người hàng loạt = serial killer
phụ tá = assistant
hẻm = alley
thất vọng = disappointed
muốn giúp đỡ = want to help
tiếc là = unfortunately
người kiểm tra thực tế = fact checker
việc giết các bé gái = baby girl killers
bốn thế kỷ = four centuries
em để nghị rằng chị nên làm gì? = what do you suggest I do?
cấu trúc quyền lực = power structure
ngây thơ = innocent
che = hide/cover
khinh thường = revulsion
quái vật = monster
ghê tởm = hideous
chuyên gia = expert
để tìm = to find
ít nhất = at least
giống như thằng quái vật này = like this monster
Dòng Vô Tính = clones
lô = batches
sổ tay tái sản xuất = reproduction manual
phí vào cửa = entrance fee
giải pháp = solution
vô dụng = useless
giới thiệu = introduce
thêm = more
ác quỷ = evil
mục đích chính = main purpose
cập nhật = update

Because Pitaya cannot bỏ this cuộc đua so quickly, she must bất cứ điều gì cần thiết, but then she has a ý kiến thiên tài: a máy in 3D! She can print 1,000 "người," but she wonder if something printed has a linh hồn that can feel đau đớn. In người để giết—seems like a brilliant idea now, she thinks, until their ghastly consciousness and their đau đớn appear like ma to để ám ảnh her? Although she is rất sợ hãi of ghosts and mê tín, she decides that she will giải quyết hậu quả later. The best printer, especially the ones beyond 3D, say 6 or 7D, sản xuất vào 28th century—how will she transport it from the future to her thế kỷ to sử dụng nó?

Đầu tiên và quan trọng nhất, she must tránh xa the Monster of the Andes so that she can develop a chiến lược chiến thắng. She takes out her điện thoại vượt thời gian, designed by famous Vietnamese architect Ngô Viết Thụ's 77th future wife, Violet Oval (who is also a robot) to call Phu Nhân Golden. Lo lắng fills up in Pitaya; a hologram hiện thực hóa in front of her.

Ám ảnh and bất ngờ, she né as if it were going to not superimpose over her, but mà là xếp chồn literally on top of her. Pitaya thấy ngạc nhiên—what she sees is a surprise and she herself feels surprise—that at the excellent quality of the connection: she thiệt is màu vàng.

Lady Golden há her robotic miệng, which is the size of bánh ít dừa nóng and says, "Cô gọi tôi có chuyện gì—tôi đang digitally ngủ ngon and sweetly."

"Xin hãy đồng cảm," chirps Pitaya, "but the tình hình from last century, which is my today, không để lại lựa chọn nào khác for me."

"I want to du hành to the 28th century càng sớm càng tốt—can you biến điều this into reality?"

Lady Golden nhếch mép, "Dĩ nhiên I can! I thought you wanted cái gì khó!"

bỏ cuộc đua = quit the race
bất cứ điều gì cần thiết = do whatever it takes
ý kiến thiên tài = genius idea
máy in 3D = 3D printer
người = person/people
linh hồn = soul
đau đớn = pain
in người để giết = print people to kill
đau đớn = pain
ma = ghost
để ám ảnh = haunt
rất sợ hãi = very scared
mê tín = superstitious
giải quyết hậu quả = deal with the consequences
sản xuất vào = was made
thế kỷ = century
sử dụng nó = use it
đầu tiên và quan trọng nhất = first and foremost
tránh xa = get away from
chiến lược chiến thắng = winning strategy
điện thoại vượt thời gian = timeless phone
Phu Nhân = Lady /Madam
lo lắng = worry/nervousness
hiện thực hóa = to materialize
ám ảnh = haunt
bất ngờ = unexpectedly
né = dodge
mà là xếp chồn = stack on
thấy ngạc nhiên = is surprised/to see surprise
thiệt = really
màu vàng = yellow
há = opens wide
miệng = mouth
bánh ít dừa nóng = triangle coconut cake
Cô gọi tôi có chuyện gì = What are you calling me about?
tôi đang = I am in the midst
ngủ ngon = slept well
xin hãy đồng cảm = I'm sorry/please empathize
tình hình = situation
không để lại lựa chọn nào khác = leaves no other options
du hành = travel
càng sớm càng tốt = as soon as possible
biến điều = transform
nhếch mép = smirk
dĩ nhiên = of course
cái gì khó = something difficult

"Đương nhiên. Đương nhiên," repeats Piyata.

"Đương nhiên, time travel is not only psychologically expensive, but also mặt tài chính," she emphasizes. "Liệu cô có khả năng to buy thời gian này không?"

"Đương nhiên, I không thể phủ nhận my own sự giàu có, but more importantly, your discretion is vital because this whole century bị giám sát gắt gao."

Lady Golden switches herself into a different chế độ, into a visible sóng âm thanh and says, "I can be only sonically kín đáo, but the risk là tùy thuộc to you."

Pitaya can't che it: she's a total cô gái hâm mộ of Lady Golden.

Phu Nhân Golden rolls her digital eyeballs the size of two chè trôi nước and in a business-like tone, exposing three dangling ginger slices, imparts, "If you go to the alley of a nhà hàng cà ri named Cao Hơn with 76.3 Bitcoins, you có thể gặp Booster Gold, who will escort you to a cánh đồng thời gian."

"I will do everything đúng như you say," Pitaya swallows nervously, "but I cần phải thừa nhận this, too: I think you are such a kỳ tích đáng kinh ngạc."

"Cảm ơn cô! Take this with you," Lady Golden transfers at the tốc độ ánh sáng into her human hands, "It ngăn ngừa you from having time travel vertigo and from the baby hố đen from sucking on your boobs."

"Wow, what a thành tích đặc biệt!"

Sau đó, she bốc hơi like a cluster of underwater plateaus in Newfoundland from her field of vision.

đương nhiên = of course

mặt tài chính = fiscally

liệu cô có khả năng = do you really think you have the means

thời gian này không = this time

không thể phủ nhận = can't deny

sự giàu có = wealth

bị giám sát gắt gao = is under strict surveillance

chế độ = mode

sóng âm thanh = sound wave

kín đáo = discrete

là tùy thuộc = is up

che = to hide

cô gái hâm mộ = fangirl

chè trôi nước = floating desert

nhà hàng cà ri = curry restaurant

Cao Hơn = higher

có thể gặp = can meet

cánh đồng thời gian = time field

đúng như = exactly as

cần phải thừa nhận = need to admit

kỳ tích đáng kinh ngạc = amazing miracle

cảm ơn cô = thank you

tốc độ ánh sáng = speed of light

ngăn ngừa = prevents

hố đen = black hole

thành tích = achievement

đặc biệt = special

sau đó = afterwards

bốc hơi = vaporizes

Pitaya, mặt khác, quickly tính the tỷ giá between Bitcoin and Ethereum97, the tiền tệ chung of thế kỷ 27. This currency is quite strange—made hoàn toàn bằng black mạng nước due to two centuries of intense drought. Pitaya không bao giờ quan tâm về the history of tiền ảo because it makes her đầu nhức. With the headache in the potential background, she thừa nhận rằng after such a chi tiêu đáng kể on time traveling, she may not have any leftover to pay her nhà tạo mẫu tóc, who recently gave her a súp lơ-shaped hairdo. The only thing she wants to do is chọn lui, but she can't vượt qua the cơ hội to destroy the Twins. Her cauli-flower hair, its thiết kế, was inspired by Nguyễn Minh Cường's "Hoa Nở Không Màu," and true to its quang phổ, hào quang, and form, it's colorless and white as Jesus's ass.

"Tóc ơi," Pitaya says, "cho me some advice to lập chiến lược how to get the đúng số of Bitcoin."

mặt khác = on the other hand

tính = to calculate

tỷ giá = exchange rate

tiền tệ chung= universal currency

hoàn toàn bằng = entirely of

mạng nước = online water

không bao giờ quan tâm về = has never cared about

tiền ảo = cryptocurrency

đầu nhức = head ache

thừa nhận = admits

rằng = that

chi tiêu đáng kể = significant spending

nhà tạo mẫu tóc = hairstylist

súp lơ = cauliflower

chọn lui = choose to escape/retire

vượt qua = pass up

cơ hội = opportunity

thiết kế = design

Hoa Nở Không Màu = flower blooms without color

quang phổ = spectrum

hào quang = aura

tóc ơi = oh hair!

cho = give

lập chiến lược = strategize

đúng số = right number

Her tóc has no response and she proceeds to travel forward—when she arrives đến thế kỷ 28, it is like being in an MC Escher drawing, where the đường chân and the bầu trời are indistinguishable—everywhere and everything are constantly printing itself or themselves or x-selves, including the buildings, đường phố, street signs, trees, and cột đèn. She hears một giọng hát ấm áp, but not with her ears, no, the voice seems to phóng xa through everything but từ nothing at all. It is a voice that clones itself with the âm vang of falling tears like thác Đà Lạt. Because mọi điều đều là nhân bản, she can't figure out what is chính thức and what is chỉ something that's been chép lại. The city is a moving puzzle, a di động mê cung. Cho dù its elegant programming, the labyrinth không thể phủ nhận its own hình thức mộc mạc. Đi tới đâu she gets the sense that it either multiplies or folds into itself and because of that sự run của tay chân and thần kinh, she halts her steps and 27th-century ngoại hình completely. Pitaya suddenly recognizes that she nổi bật here in thế kỷ 28, and she thấy tự mình ngu ngốc because she had thought she was ẩn suốt. Ngoài những ontological and technological tranh cãi về giá trị hay tính pháp lý of her existence here, she almost fits in. This wouldn't be the first time she got vướng in the thị phi về lối sống, and nói thật, she bắt đầu thích this century. Its reality has many textual, material voices and layers, augmenting and heightening her nhận thức, almost to the point of xăming her tay, cổ, mặt with the ink of their reproduction. "Hiện nay không như xưa," Pitaya says, and mọi thing tạm ngừng.

Its silence and bất động force her to declare, "Thế Kỷ Hai Mươi Tám, ơi! Tao và mày become lovers, nha?"

tóc = hair

đến = at/in

thế kỷ = century

đường chân = skyline

bầu trời = the sky

đường phố = streets

cột đèn = light post

một giọng hát ấm áp = a warm singing voice

phóng xa = radiate

từ = from

âm vang = echoes

thác = waterfall

mọi điều đều là nhân bản = everything is also a clone

chính thức = official

chỉ = only/just

chép lại = reproduced

di động = mobile

mê cung = labyrinth

cho dù = despite

không thể phủ nhận = can't deny

hình thức mộc mạc = rustic inelegance

đi tới đâu = wherever she goes

sự run của tay chân = trepidation

thần kinh = nerve

ngoại hình = appearance

nổi bật = stand out

thấy tự mình ngốc = think oneself is silly

ẩn suốt = transparently hidden

ngoài những . . . tranh cãi về giá trị hay tính pháp lý = out-
    side of the controversy over value or legality

vướng = entangled

thị phi về lối sống = lifestyle marketplace

nói thật = to tell the truth

bắt đầu thích = start to like

nhận thức = perception

xăm = tattooing

tay, cổ, mặt = hand, neck, face

hiện nay không như xưa = today is not like before

mọi = every

tạm ngừng = temporarily stops

bất động = immobility

Thế Kỷ Hai Mươi Tám = 28th century

tao và mày = me and you

nha = OK?

Lúc TK28 đang đánh giá Pitaya, everything hoàn toàn yên lặng. She already đặt lên bàn cân her entire face and is still debating whether or not to add her khuỷu tay or mũ đầu gối.

Trong khi ấy, Pitaya was forced to giữ một vị trí hoàn toàn tĩnh lặng, and she bắt đầu cảm thấy hết sức rồi. Devoid and cạn kiệt of stamina, she can't help herself and her voice slips một hoặc hai tiếng vang. When it trở về in echo, she hears her own voice ask, "Hậu quả ra sao?"

"Because you đã phá vỡ quy tắc of this thế kỷ, I must phạt you," emphasizes TK28.

Vẫn frozen tại chỗ, Pitaya tries to admit, "Xin lỗi that I made you gây sốt," but she can't make her đôi môi move gì hết. TK28 makes a grim face, which Pitaya quickly discovers is her way of bestowing her voice permission to speak, forcing Pitaya to think nhanh chóng and then inevitably asks the century if she có thể nhờ ai đó thay thế hình phạt on her behalf—she had the Ác Tâm Twins in mind. She muốn đề xuất ra người lập trình to write some phần mềm to make the Twins take the punishment thay cho her.

"Không!! Không thể được! Sin người nào, người ấy phải settle," TK28 emphasizes.

"Không dám đâu, bà cũ ơi," Pitaya says.

"Đổi áo, thay quần nhanh ha! Senescing me is a bit geriatric, unromantic of you—I tưởng rằng you want us to be lovers?"

"You có thể dùng me any time—and I do honestly ham muốn you—but nói sự thật, I thuộc về someone else, and I cần cứu her, which is why I'm here in your century in the first place."

lúc = while

đang = is doing currently

đánh giá = assess/evaluate

hoàn toàn yên lặng = be completely silent

đặt lên bàn cân = put on a scale

khuỷu tay = elbow

mũ đầu gối = kneecap

trong khi ấy = meanwhile

giữ một vị trí hoàn toàn tĩnh lặng = keep completely still
in one position

bắt đầu cảm thấy hết sức rồi = is starting to feel exhausted
already

cạn kiệt = depleted

một hoặc hai tiếng vang = one or two echoes

trở về = return

hậu quả ra sao? = what are the consequences?

đã phá vỡ quy tắc = broke the rule

phạt = punish

vẫn = still

tại chỗ = in place

xin lỗi = I'm sorry

gây sốt = feverish

đôi môi = lips

gì hết = at all

nhanh chóng = quickly

có thể nhờ ai đó thay thế hình phạt = could ask someone to
take her punishment

muốn đề xuất ra = wants to proposition

người lập trình = a programmer

phần mềm = software

thay cho = instead of/swapping positions

không = no

không thể được = not possible

người nào = that person

người ấy phải = that person has

không dám đâu, bà cũ ơi = I wouldn't dare, old lady ơi

đổi áo = change shirt

thay quần nhanh ha = change pants quickly

tưởng rằng = thought

co thể dùng = can use

ham muốn = lust

nói sự thật = to tell the truth

thuộc về = belong to

cần cứu = need to save

"I chỉ đang trêu chọc you—this century ở naked không đẹp."

"Có một cái gì đó rất đẹp, but I," Pitaya pauses to nhìn vào TK28's mắt, "I chưa bao giờ thấy nó."

"If you haven't seen it, how do you know it's pretty?" TK28 đáp lại.

"I chỉ cần look around me ngay bây giờ, but it hasn't been phát minh yet when I'm from."

"I hiểu rồi—có một ông lão già—name is Mr. Angry Hội An—like Angry Birds who lives năm tấm gương from your góc độ hiện tại—he can help you."

Although Pitaya biết ơn, she tiếc that they won't have the chance to be cộng tác chính thức.

Pitaya drifts in between different vực sâu of the mirrors. She had thought thế kỷ 28 was phức tạp, but this hệ thống gương makes her pupils quay xung quanh vòng tròn.

She is ngạc nhiên that they don't cut her into a million fragments—instead, their infinite refractions delay her bộ nhớ a little so that it seems like she is moving in between different thế giới, when in fact, she is staying still waiting for reality to take her back to its máy tính lớn.

Suddenly, she hears a tiếng kêu tức giận nói, "What do you call yourself?"

"I tự xin π Ta Già!"

"Mày tinh quái dữ tợn, eh?" he laughs, "I respect that."

"Tội nghiệp quá! Không dám đâu! Ông lão ơi—giúp cháu nhé!"

"You dám call me ông lão ơi when I suy đoán you're ít nhất three thế kỷ older than me. Ít nhất!"

Pitaya đổi giọng right away, and says, "Anh ơi anh!—Lend a hand cho em một vấn đề này, okay?"

chỉ đang trêu chọc = only teasing

ở = exists

không đẹp = not pretty

có một cái gì đó rất đẹp = there's something very beautiful

nhìn vào = look into

mắt = eyes

chưa bao giờ thấy nó = have never seen it

đáp lại = responds back

chỉ cần = only need to

ngay bây giờ = right now

phát minh = invent

hiểu rồi = understand already

có một ông lão già = has an old man

năm tấm gương = five mirrors

góc độ hiện tại = current perspective

biết ơn = be grateful

tiếc = regret

cộng tác = collaborators

chính thức = official

vực sâu = abyss

phức tạp = complicated

hệ thống = system

gương = mirror

quay xung quanh vòng tròn = spin in circles

ngạc nhiên = surprise

bộ nhớ = memory

thế giới = world

máy tính lớn = mainframe

tiếng kêu = chirping

tức giận = angry

nói = say

tự xin = call myself

già = old

Pitaya = π Ta Già

mày tinh quái dữ tợn = you're quite mischievous

tội nghiệp quá = what a pity

không dám đâu = I wouldn't dare

ông lão ơi = old man

giúp cháu nhé = help me okay

dám = dare

suy đoán = estimate

ít nhất = at least

thế kỷ = centuries

đổi giọng = changes her tone/voice

cho em = for me

một vấn đề này = this one problem

"Dĩ nhiên rồi, Chị ơi. Chị có thể dùng em to do whatever you cần. I am your nô lệ." He cúi đầu, respectfully.

This thế kỷ lạ lùng ha—slavery vẫn còn tồn tại, thinks Pitaya. Slavery became lỗi thời a few centuries ago. "I hết đường lựa chọn here. I am desperate for your máy in đặc biệt!"

"I have rất nhiều printers? Muốn cái nào?"

Pitaya didn't know the thị phi máy would have options: how many kích thước does she need again?

As if reading her mind, Mr. Angry Hội An suggests, "I have a printer that can print một tỷ nhãn cầu in a second. I have another that can autocorrect itself—meaning—it can alter its mã nguồn in real time and also print itself in ngược lại . . ."

"Oh ồ!" Pitaya yells out. "Tốt quá! How did you đọc my tâm trí?"

Mr. Angry Hội An stares at her wordlessly. Được thúc giục by his speechlessness, Pitaya clarifies herself, "I need to print thây ma or người without souls—they need the ảo ảnh of aliveness, but they đã chết inside."

"What a hấp dẫn proposal!" he says. "How many gương mặt thân quen and how many gương mặt nở bật?"

"I want to in instead các diễn viên, nữ diễn viên, and extras từ bộ phim *Gandhi*—exactly 1,001 of these."

"Trời đất ơi, thiệt không? Do you think my printer is a god hay gì đó?"

"Clearly, it has to be a vị thần. My người yêu's life phụ thuộc vào nó."

"Maybe," Mr. Angry Hội An says, "let me suy nghĩ for a moment. Được rồi! I have a cách giải quyết! It's very dễ to làm. I just print out 1,001 humans without any danh tính chính xác, and you can kill them!"

dĩ nhiên rồi, Chị ơi = of course, older sister

chị có thể dùng em = you can use me

cần = need

nô lệ = slave

cúi đầu = to bow one's head

thế kỷ lạ lùng ha = century is strange

vẫn còn tồn tại = still exist

lỗi thời = obsolete /not in fashion

hết đường lựa chọn = be out of options

máy in đặc biệt = special printer

rất nhiều = many

muốn cái nào = which do you want?

thị phi = market

kích thước = dimension

một tỷ nhãn cầu = a billion eyeballs

mã nguồn = source code

ngược lại = reverse

ồ = wow

tốt quá = how great

đọc = read

tâm trí = mind

được thúc giục = prompted

thây ma = zombies

người = people

ảo ảnh = illusion

đã chết = already dead

hấp dẫn = delicious

gương mặt thân quen = familiar face

gương mặt nổ bật = face that pops

in = print

các diễn viên = actors

nữ diễn viên = actresses

từ bộ phim = from the film

trời đất ơi, thiệt không? = OMG, for real?

hay gì đó? = or what?

vị thần = god

người yêu's = lover's

phụ thuộc vào nó = depends on it

suy nghĩ = think

được rồi! = got it!

cách giải quyết = solution

dễ = easy

làm = do

danh tính chính xác = official identity

Before Pitaya can reply, Mr. Angry Hội An adds, "Máy in thích ăn three cái bánh bao, hút một điếu xì gà Cuba, và likes to imbibe a chilled nước sugarcane!"

"That's what it needs for mỗi cái copy?! Hãy xem nào, that's 3,003 bánh bao, 1,001 cigars, and 1,001 sodas? Không khó, không khó."

Pitaya tucks away her bitcoin, loại tiền kỹ thuật số she thinks she has to impart and watches as the may in, appearing like the mouth of a fat tàu không gian, spits out one human hoàn hảo không hồn after another. She starts to đếm and tách them out in nhóm of mười "người."

In a queue, one human không hồn turns to her and says, "Maypitaq ukhu pachay-ki kachkan?

"Đừng để ý đến what it says," Mr. Angry Hội An says to Pitaya, and turning to the human không hồn, he yells, "Im đi! Im đi!"

Pitaya wonders if these zombies have been lập trình sai. She's never heard a soulless human speak với sự khẩn cấp như vậy before. Perhaps they were seeking thế giới ngầm of theirs, their own happy địa ngục. She turns to Mr. Angry Hội An and asks, "Should we have tried making a đặt mẫu first? We already have 673 of these—674, 675!"

"These perfect người không hồn do not need to be lý tưởng hay perfect—you just need them for wholesale ám sát, right?"

"Không sai, không sai, but I just—Mr. Angry Hội An ơi, you promised me they wouldn't have a linh hồn and this one is asking me about Địa ngục!"

"Being able to speak isn't a dấu hiệu or sự xác nhận of soulfulness—when a computer đọc một cuốn sách, it doesn't mean it has consciousness. Tôi đảm bảo you that these zombies do not have a heartbeat or—"

Trong khi ấy, the printer nhổ ra the copy cuối cùng, number 1,001.

"Thôi rồi. Thôi rồi. Chết tôi rồi!"

Máy in = the printer

thích ăn = likes to eat

cái bánh bao = round dumplings

hút một điếu xì gà Cuba = smokes a Cuban cigar

và = and

nước = drink

mỗi cái = each

hãy xem nào = let's see

không khó = not too hard

loại tiền kỹ thuật số = digital currency

may in = printer

tàu không gian = spaceship

hoàn hảo = perfect

không hồn = no soul

đếm = count

tách = separate

nhóm = groups

mười "người" = ten "people"

không hồn = soulless

maypitaq ukhu pachayki kachkan? = where is your under-
  wear/underworld?

đừng để ý đến = don't pay attention to

im đi = shut up!

lập trình sai = misprogrammed

với sự khẩn cấp như vậy = with such urgency

thế giới ngầm = underworld

địa ngục = hell

đặt mẫu = prototype/model

người không hồn = soulless human

lý tưởng = ideal

hay = or

ám sát = assassination

không sai = not wrong

linh hồn = soul

Địa ngục = Hell

dấu hiệu = sign

sự xác nhận = validation

đọc một cuốn sách = read a book

tôi đảm bảo = I assure you

trong khi ấy = meanwhile

nhổ ra = spit out

cuối cùng = the very last

Thôi rồi. Thôi rồi. = Alright. Alright.

chết tôi rồi = I am dead meat

The 1,001 copies say đồng thanh, "Đó là những lời cô ấy nói!"

Then the 1,001 soulless humans tự sát and bốc hơi with vapor bún riêu cua.

Pitaya không thể tưởng tượng that she could thực hiện such a việc khó khăn. Did I just ảo giác their evaporation? Pitaya asks herself? Or did they just air-tái chế themselves, and if so, could I reverse-engineer their sự không tồn tại? Does their instantaneous tự tử count as her proactive mass genocide?

Pitaya run rẩy khắp người to force the return of her tập trung: she đã just làm điều không thể!

She turns to Mr. Angry Hội An and hỏi ông ta, "Will you validate my Thẻ Kẻ Giết Người Hàng Loạt like a parking ticket to note that I have indeed murdered 1,001 xác?"

"Unfortunately," he says, "I am not a thành viên tích cực of that tập đoàn. Do you think that will be a sự trở ngại??"

She cau mày nhìn him and utters in sotto voce, "Ông này vô dụng thiệt."

"Cô này thiệt phiền phức quá," he says, "but you cũng may mắn. I will xác nhận that you ngộ sát 1,001 people, như you wish."

"I don't want to be a nuisance, but just in case, they do want concrete validation—should I tell them to gọi your number on your trán: number này X57-M44-Nhựa B00BS, đúng không?"

"You make it sound so khó khăn, Cô π Ta Già! In my spare time, I like to DIY my own ngôn ngữ lập trình tiên tiến. I think I can xử lý a simple validation for you."

Pitaya pulls out of her space-compressed ví (nơi chốn vắng lặng của tiền and thời gian), 3,003 bánh bao, 1,001 cigars, 1,001 hộp thiếc nước mía, and hai quả tạ bò and gives them to him.

đồng thanh = in unison

đó là những lời cô ấy nói = that's what she said

tự sát = self-annihilate

bốc hơi = evaporate

bún riêu cua = crab noodle

không thể tưởng tượng = can't believe/imagine

thực hiện = to manifest/to make happen

việc khó khăn = difficult thing/task

ảo giác = hallucinate

tái chế = recycle

sự không tồn tại = non-existenceness

tự tử = suicide

run rẩy khắp người = shivers with excitement

tập trung = focus

đã . . . làm điều không thể = achieved the impossible

hỏi ông ta = ask him

Thẻ Kẻ Giết Người Hàng Loạt = Serial Killer Card

xác = bodies

thành viên tích cực = active member

tập đoàn = organization

sự trở ngại = problem

cau mày nhìn = frowns, gazing at

Ông này vô dụng thiệt = this man is truly useless

cô này thiệt phiền phức quá = This woman is such a nui-
sance

cũng may mắn = also lucky

xác nhận = validate

ngộ sát = murder/manslaughter

như = as

gọi = call

trán = forehead

này = this

nhựa = plastic

đúng không = is that right

khó khăn = difficult

Cô = miss

ngôn ngữ lập trình tiên tiến = advanced programming lan-
guage

xử lý = handle

ví = wallet

nơi chốn vắng lặng của tiền = a quiet place of money

thời gian = time

hộp thiếc = tin cans

nước mía = sugarcane juice

hai quả tạ bò = two cowbells

He smiles like a đàn bà hay làm dáng and says, "I không even cần nhà băng for this payment. Direct deposit tại đây." He opens his mouth so wide that Pitaya can see xương. She can also see the giữa đêm khuya đen or vực sâu or Tây Ninh of his stomach. Pitaya has never giải trí với khả năng that she might find men not hoàn toàn repulsive, but looking at Mr. Angry Birds, she feels a twitter of khao khát. The kind that makes her want to nôn mửa her recent three centuries of existence.

Dù vậy, Pitaya says, "Can I get your hình thức xác nhận already? I'm ready to go back to my own giờ về nhà."

He đóng dấu her xác nhận with lỗ tai molded into a digital thumb, where a billion DNA of possibilities can exist in their hemispherical, chromosomal plane, and không có nhiều ado, she returns in a flash to giữa thế kỷ 27 to đối phó with the Evil Twins and to participate in the the Hội Nghị Serial Killer.

đàn bà hay làm dáng = coquette
không . . . cần nhà băng = not need a bank
tại đây = here
xương = bone
giữa đêm khuya = midnight
đen = black
vực sâu = abyss
giải trí với khả năng = entertained the possibility
hoàn toàn = utterly
khao khát = yearning
nôn mửa = vomit
dù vậy = even so
hình thức xác nhận = validation form
giờ về nhà = home time
đóng dấu = stamps
xác nhận = validation
lỗ tai = ear
không có nhiều = without much
giữa thế kỷ 27 = mid-27th century
đối phó = combat
Hội Nghị = Convention

Ở giữa thế kỷ 27, Pitaya không thuộc về then anymore. Có lẽ she thuộc về màu đen of any thế kỷ, the color of vastness and the color of starting from *tabula rasa*. Maybe Ông Stephen Hawking viết *Lược Sử Thời Gian* about her. This famous nhà vật lý once told her, "We are chỉ là một giống khỉ tiên tiến on một tiny hành tinh of một ngôi sao rất trung bình." Pitaya là ai để cãi lại với a physicist nổi tiếng? And, she doesn't think she is một giống khỉ at all—in fact, she think she is một cây nấm that is too rich in carotenoids and her own headdress is a type of ẩn giấu galaxy. She's not trying to be châm biếm, nor is she phóng đại: a mushroom is vừa mạnh mẽ, vừa vĩnh cửu. She bèn lẽn lang thang khắp this thế kỷ xa xôi like một đứa trẻ mắc bệnh ung thư phổi.

Voices explode everywhere—someone saying something about giá năng lượng, another advertising different types of vũ khí, another offering new identities for those with a naturally bộ mặt tội phạm—and Pitaya realizes where she is: sâu inside the Hội Nghị Serial Killer. She reasons she must have taken or hopped onto một chiếc taxi phân tử towards this cấu trúc xấu xí, which allows her to sneak immediately into the convention's dạ dày ngoằn ngoèo.

Ở = in
không thuộc về = doesn't fit in
có lẽ = perhaps
thuộc về = belong to
màu đen = color black
thế kỷ = century
Ông = Mister
viết = to write
Lược Sử Thời Gian = A Brief History of Time
nhà vật lý = physicist
chỉ là một giống khỉ tiên tiến = just an advanced breed of
     monkeys
một tiny hành tinh = a planet
một ngôi sao rất trung bình = very average star
là ai để cãi lại với = who is to talk back
nổi tiếng = famous
một giống khỉ = a type of monkey
một cây nấm = mushroom
ẩn giấu = hidden
châm biếm = satirical
phóng đại = exaggerate
vừa = equally
mạnh mẽ = strong
vĩnh cửu = everlasting
bẽn lẽn lang thang khắp = shyly wanders
thế kỷ xa xôi = distant century
một đứa trẻ mắc bệnh ung thư phổi = a child with lung
     cancer
giá năng lượng = rising energy costs
vũ khí = weaponry
bộ mặt tội phạm = criminal face
sâu = deep
một chiếc taxi phân tử = molecule taxi
cấu trúc xấu xí = ugly structure
dạ dày ngoằn ngoèo = zigzaggy stomach

Pitaya's ears pick up the unmistakable sound of hai giọng đang cãi nhau, nói như một, mọi từ uses a voice khác nhau. Is this the Ác Tâm Twins? She asks herself? And, if so, why are their voices không siêu dính together so that they sound like Elvis Presley và Hương Lan singing a duet? The last time she was in the same place as the Ác Tâm Twins, she was a different người. It was less than a thế kỷ ago, but she has traveled through so many more thế kỷ since then. Có vẻ the act of việc giết hơn 1,000 linh hồn vô hồn has thay đổi the cục diện of her tâm hồn. Pitaya coughs to get the Twins' attention and says, "Để đo thời gian, do you prefer mốc thời gian, vẽ đồ thị thời gian, or to theo giờ chuẩn Greenwich?"

"Ah, cái cô vô duyên này!" They exclaim in unison, "Cô dám mở lời to us?"

"Như thế!" Pitaya spits, "You're the one—two, ones!?—who are không xứng đáng! I biết you là ai nhưng I là gì??"

In unison, they cry out, "You là mụ phù thủy muốn tiêu diệt us!"

Pitaya says, "A girl can hi vọng, can't she? And I thề that I will phá hủy you."

"Khả năng hay không không là vấn đề—vấn đề is we haven't decided on how to slaughter you. And, if we should cut you into những miếng nhỏ or cubes of bouncy pandan jelly."

"Không ổn rồi, Ác Tâm Twins ơi, không ổn. Chắc chắn that I am very nhạt nhẽo, even though I eat way too much muối." She kang tiếng lên and nói tiếp, "I am not chè ba màu that you can đánh lên and eat for dessert."

hai giọng đang cãi nhau = two arguing voices

nói như một = speaking as one

mọi từ = each voice

khác nhau = different from each other

không siêu dính = not superglued

và = and

người = person

thế kỷ = century

có vẻ = it seems

việc giết hơn 1,000 linh hồn vô hồn = of killing over 1,000
soulless souls

thay đổi = changed

cục diện = landscape

tâm hồn = soul

để đo thời gian = to measure time

mốc thời gian = a timeline

múi giờ = time zone

vẽ đồ thị thời gian = a time graph

theo giờ chuẩn Greenwich = Greenwich Standard Time

cái cô vô duyên này = this tactless, socially inept miss

cô dám mở lời = you dare to speak

như thể = as if

không xứng đáng = unworthy

biết = know

là ai = are

nhưng = but

là gì = what

là mụ phù thủy muốn tiêu diệt = is a witch who wants to
annihilate

hi vọng = hope

thề = swear

phá hủy = destroy

Khả năng hay không không là vấn đề = ability or not is not
the issue

vấn đề = issue/question

những miếng nhỏ = little pieces

không ổn rồi = it's not OK

chắc chắn = for sure

nhạt nhẽo = bland

muối = salt

kang tiếng lên = spoke up

nói tiếp = continue to say

chè ba màu = three color bean desert

đánh lên = whip up

"We chỉ có thèm soup khổ qua. We không bao giờ chạm vào đồ ngọt," they say.

"I never said I was a ngọt ngào little thing," Pitaya tuyên bố.

"Em gái ơi, you're still ngây thơ như a búp bê. How can you be đắng enough to satisfy our lưỡi?"

Qua khóe mắt trái, Pitaya sees a crowd of serial kẻ giết người come marching in. Pitaya thò tay vào túi and pulls out a gương that she can gập đi gập lại. It's a super state-of-the-art mirror, the kind that can suck in bất kỳ vật thể nào, no matter its kích thước, trọng lượng, and dimension, into its silvery slithering vực thẳm.

Trong khi ấy, the crowd of serial killers phóng xuống the crowded lối đi of the convention's book fair. Pitaya cảm thấy choáng ngợp and she turns to her mirror si mê for guidance. "Pitaya nên làm gì?" she hỏi herself. The mirror may not have hiểu her hyperphobia for độc ác because it opens its phản ánh mouth and pulls in (or rather suctions in like a ống rơm) approximately, which is exactly, 179 (số nguyên tố) serial killers into its convex complexion.

"Đậu mát!" Pitaya exclaims. She looks vào trong the mirror, với một con mắt scanning the cảnh to spy those Twins, not unlike the trò chơi Waldo ở Đâu.

Từ ruột gương, the twins trách móc her, their accusatory bốn eyes glare at her, "Quần què! What the fuck did you just do?"

Pitaya sắp sửa apologize to the Twins and all the serial killers, but then she realizes that she had just loại bỏ một tai họa. All the serial killers in the mirror đều bị ép vào như polychromatic jelly beans cảm động.

chỉ có thèm soup khổ qua = only crave bitter melon soup
không bao giờ chạm vào đồ ngọt = never touch
ngọt ngào = sweet
tuyên bố = declares
em gái ơi = oh little sister
ngây thơ như = innocent as
búp bê = doll
đắng = bitter
lưỡi = tongue/palette
qua khóe mắt trái = out of the corner of her left eye
kẻ giết người = killers
thò tay vào túi = puts hand in pocket
gương = mirror
gập đi gập lại = fold and unfold
bất kỳ vật thể nào = whatever object
kích thước = size
trọng lượng = weight
vực thẳm = abyss
trong khi ấy = meanwhile
phóng xuống = plunge
lối đi = aisle
cảm thấy choáng ngợp = feel overwhelmed
si mê = fancy
Pitaya nên làm gì = what should Pitaya do
hỏi = asks
hiểu = understood
độc ác = evil
phản ánh = reflective
ống rơm = straw
số nguyên tố = prime number
đậu mát = cool beans
vào trong = into
với một con mắt = with one eye
cảnh = scene
trò chơi = game
Waldo ở Đâu = Where's Waldo
từ ruột gương = from the intestine of the mirror
trách móc = reproach
bốn = four
quần què = "sanitation pad"—idiomatic slang to insult
   someone, implying uselessness or dirty
sắp sửa = was about to
loại bỏ một tai họa = removed a scourge
đều bị ép vào = squeezed in
như = like
cảm động = emotional

Pitaya pauses to đánh giá tình hình around her: everything is đổ nát, and all the sách glitch and phát ra tia lửa. Even Gabriel García Márquez's *Trăm Năm Cô Đơn* has digital diarrhea, a condition where all the câu và đoạn văn are scrambled. Mặt khác, không còn any serial killers who have killed ít nhất one ngàn people nữa. She tự hỏi why she had to du hành đến thế kỷ 28 to giả-giết 1K zombies, khi giải pháp can easily be found trong gương? It's not like it was dễ như ăn bánh to make 1,001 bodies, but when did this mirror hiện ra in her pocket? Trong khi đó, the serial killers security guards đang đi khắp nơi trong hội nghị in search for their famous keynote speaker, who apparently đã đi mất tích. Little beknownst to Pitaya that the keynote speaker đã bị hút vào, trapped, and abducted inside the mirror.

The nhân viên bảo vệ are all tình nguyện viên, mostly nghèo graduate students who couldn't afford the high giá nhập học. They were given a generous stipend to tham dự the convention as kẻ giết người được hỗ trợ and as assistants—"một khoản tiền hậu hĩnh" is synonymous for classes miễn phí in criminology. Không may, they hardly had a chance to tập luyện their responsibilities because who would nghĩ rằng there would be trouble at a serial killer conference??

One of the security guards, quay sang Pitaya and asks, "You look familiar. Are you Nguyễn Thị Phương Thảo?"

Pitaya frowns and says, "Nhìn vào bảng tên. Education today không giống như trước đây."

"Một từ 'no' đơn giản would have been fine," the guard retorts.

"Mẹ mày is đơn giản, but I không cần sỉ nhục you nữa. No," she says.

"Bà này—trời ơi—làm tôi hết thở! Do you happen to know the keynote speaker đang ở đâu không?"

đánh giá tình hình = assess the situation

đổ nát = ruined

sách = books

phát ra tia lửa = spark

Trăm Năm Cô Đơn = *One Hundred Years of Solitude*

câu và đoạn văn = sentences and paragraphs

mặt khác = on the other hand

không còn = there's not

ít nhất = at least

ngàn = thousand

nữa = anymore

tự hỏi = asks herself

du hành đến thế kỷ 28 = travel to the 28th century

giả-giết = fake-kill

khi giải pháp = when the solution

trong gương = in the mirror

dễ như ăn bánh = easy-peasy

hiện ra = appear

trong khi đó = meanwhile

đang đi khắp nơi trong hội nghị = roam up and down

đã đi mất tích = has gone missing

đã bị hút vào = sucked in

nhân viên bảo vệ = security guards

tình nguyện viên = volunteers

nghèo = poor

giá nhập học = price of admission

tham dự = attend

kẻ giết người được hỗ trợ = assisted killers

một khoản tiền hậu hĩnh = generous stipend

miễn phí = free

không may = unfortunately

tập luyện = practice

nghĩ rằng = expect

quay sang = turns to

nhìn vào bảng tên = look at the name tag.

không giống như trước đây = is not like before

một từ = one word

đơn giản = simple

mẹ mày = your mama

đơn giản = simple

không cần sỉ nhục = don't need to insult

nữa = anymore

bà này = this woman

trời ơi = dear God

làm tôi hết thở = make me breathless

đang ở đâu không = where is at

Thường thường, Pitaya is never thô lỗ, but all this du hành thời gian must have quậy her personality around.

"Ai is the keynote speaker exactly?" she inquires. "Mặc dù I chỉ mới đến đây—I haven't seen anyone yet." The keynote speaker, as the conversation unravels slowly across ten minutes, Pitaya soon discovers her identity: it is Octopus Ursula, the Phù Thủy Biển. Bà Bạch Tuộc has stolen the beautiful voice from Ariel, nàng tiên cá nhỏ, in order to speak at this hội nghị.

Pitaya says, "Why did you đợi that lâu to tell me? Dĩ nhiên I biết chính xác Bà Ursula là ai!"

Nghe thấy tên bà echoing in space, bà Phù Thủy Biển, Ursula, glides her xúc tu bạch tuộc thân across the main hội nghị foyer like Michael Jackson and exclaims in a trẻ trung, ngọt ngào voice, "Ai giám mention tên tôi, a?"

Khi nào Ursula nói, it is like lụa qua miệng some tấm da thuộc, like water from something that has been rang khô. But, with a giọng nói ngọt ngào borrowed from Ariel, her sonic form thực sự không phù hợp with her colossal appearance. Pitaya has seen the movie, dĩ nhiên, but she still cannot make sense of đồng hiện of what she nhìn thấy and what she nghe thấy.

Pitaya turns to bà Ursula và nói, "Bà ơi, there is a poor graduate student who is trying to kiếm you. But, I just want to biết for myself—what will your speech be about?"

Ursula looks at Pitaya, and Pitaya cảm thấy that her tâm hồn is gasping after a mùa lụt kéo dài bốn decades.

"Cô là ai? What địa vị in life and in ám sátness that allows you to address me as your equal?" bà Ursula mắng mỏ Pitaya. Mặc dù Bà Ursula's words are a hung hãn tiến công, her giọng hát is pure glory.

thường thường = normally
thô lỗ = rude
du hành thời gian = time travel
quậy = stir/scramble
ai = who
mặc dù = although
chỉ mới đến đây = just arrived
Phù Thủy Biển = Sea Witch
Bà Bạch Tuộc = Madame Octopus
nàng tiên cá nhỏ = little Mermaid
hội nghị = convention
đợi = wait
lâu = long
dĩ nhiên = of course
biết chính xác = know exactly
là ai = is
nghe thấy tên bà = having heard her voice
xúc tu bạch tuộc thân = octopus tentacle
hội nghị = convention
trẻ trung, ngọt ngào = young, sweet
ai giám mention tên tôi, a = who dares to mention my name
khi nào = when
nói = speaks
lụa = silk
qua miệng = from the mouth of
tấm da thuộc = leather sheets
rang khô = dried out/dessicated
giọng nói ngọt ngào = sweet voice
thực sự không phù hợp = truly mismatches
dĩ nhiên = of course
đồng hiện = simultaneous/simultaneity
nhìn thấy = sees
nghe thấy = hears
và nói = and says
kiếm = find/search for
biết = know
cảm thấy = feels
tâm hồn = soul
mùa lụt kéo dài bốn năm = a flood season lasting four
cô là ai = who are you
địa vị = position
ám sát = murder
mắng mỏ = scolds
mặc dù = although
hung hãn tiến công = aggressive attack
giọng hát = singing voice

Thay vì cảm thấy bị humiliated, Pitaya cười lớn tiếng like a laugh machine—she can't take the sea witch seriously, her giọng nói trẻ con gets in the way.

Despite the laughter, bà Ursula không ngừng lại her song; instead, she tăng its tốc độ. Pitaya's nhịp tim follows along, helplessly, as if she bị mê hoặc. With that ngông cuồng voice, thinks Pitaya, thay vì inspiring people to up their ante trong các vụ giết người hàng loạt, họ will be rolling their bellies laughing like Dave Chappelle's màn trình diễn hài hước solo on SNL. Pitaya nghĩ lại to her thời thơ ấu, and if her memory is hoạt động, the old octopus crone's song should have total control over her mind by bây giờ, but aren't these thoughts her own? Bởi vì bà Ursula isn't a serial killer, Pitaya tự hỏi, tại sao was she chosen to be the keynote speaker—có vẻ như she không đủ tiêu chuẩn? And, what ủy ban chọn her? Is một kẻ ăn trộm linh hồn ác hơn than serial killing? Pitaya tiếp tục suy nghĩ about the definition and parameter of murder; từng chữ một, her thoughts feel as though they are not just in her head anymore but phát tin, as if on a loa phóng thanh, but maybe that chỉ là her trí tưởng tượng.

In the midst of singing, Ursula bắt đầu có dấu hiệu of self-asphyxiation, một phần do her inability to duy trì life on air alone—after all, she's một sinh vật biển, not human. She needs to quay trở lại to her aquatic environment to tồn tại.

thay vì cảm thấy bị = instead of feeling
cười lớn tiến = laugh out loud
giọng nói trẻ con = childish voice
không ngừng lại = doesn't stop
tăng tốc độ = accelerates the tempo
nhịp tim = heartbeat
bị mê hoặc = mesmerized
ngông cuồng = extravagant
thay vì = instead
các vụ giết người hàng loạt = serial murders
họ = they
màn trình diễn hài hước = comedic performance
nghĩ lại = thinking back
thời thơ ấu = childhood
hoạt động = function/to work
bây giờ = now
bởi vì = because
tự hỏi = asks herself
tại sao = why
có vẻ như = it seems like
không đủ tiêu chuẩn = underqualified
ủy ban = committee
chọn = chose
một kẻ ăn trộm linh hồn = soul stealer
ác = evil
hơn = more
tiếp tục suy nghĩ = continues to think
từng chữ một = word by word
phát tin = broadcast
loa phóng thanh = loudspeaker
chỉ là = is only
trí tưởng tượng = mind's imagination
bắt đầu có dấu hiệu = begins to show signs
một phần do = in part due to
duy trì = sustain
một sinh vật biển = a sea creature
quay trở lại = return
tồn tại = exist

Her song, which only a minute ago was tinh tế rực rỡ, quickly stumbles from rách rưới to không đều to xơ xác and then, finally, rời rạc. Pitaya biết Ursula is as độc ác as the Twins, but she knows she must cứu Ursula! The hội nghị, nằm trong một lavish opulent, khách sạn khổng lồ, has một hồ bơi lớn. Pitaya knows she must drag Bà phù thủy biển there. She also knows that she can't wait for một ngày tốt lành to save her—she has to do it now.

"Bà ơi, đi với con," Pitaya says, grabbing one nhớt tentacle after another, but they keeping sliding from her hold. With her massive form at nearly eight tons (kích thước của một chiếc school buýt màu vàng), it would be impossible for her to bế or ôm her there. Pitaya needs to let go of her thiên truyện hero fantasies and sấm vất lên if she wants to save the old sea witch, but she doesn't even know tại sao she is saving her ở nơi đầu tiên. She takes out her holographic phone and calls its thời gian đa chiều operator. Bằng bất cứ giá nào, she is willing to pay to have this to lớn sea witch be transported to the hotel's swimming pool so that she can help locate her người yêu via her fancy quả cầu pha lê. Nháy mắt, nháy mắt: serial killers are not the only ones with mục đích đen.

OPERATOR: Xin vui lòng đợi một phút.
PITAYA: Mr. Operator, I không đợi được. It's an emergency!
OPERATOR: Chỉ một phút thôi, ma'am.
PITAYA: Không được là không được!
OPERATOR: Được là được!
PITAYA: Vậy thì được?
OPERATOR: Chuyện gì vậy cô? Nói mau lên.
PITAYA: I có a tình cảnh khó khăn!
OPERATOR: Có thật không? Dường như you just want to waste my time.
PITAYA: No. No. Can you ảnh ba chiều a yellow-school bus size octopus to a swimming pool at Hotel Bà Rịa for me? Right away.
OPERATOR: Ngay lập tức you say? No can do.

tinh tế rực rỡ = exquisite and resplendent
rách rưới = tattered
không đều = uneven
xơ xác = ragged
rời rạc = sporadic and disjointed
biết = knows
độc ác = evil
cứu = save
hội nghị = convention
nằm trong một = situated in
khách sạn khổng lồ = gigantic hotel
một hồ bơi lớn = a large swimming pool
phù thủy biển = sea witch
một ngày tốt lành = a fortuitous day
bà ơi, đi với con = come with me, grandma
nhớt = slimy
kích thước của một chiếc buýt màu vàng = the size of a yel-
    low bus
bế = carry
ôm = embrace
thiên truyện = fairy tale
sắm vất lên = get busy
tại sao = why
ở nơi đầu tiên = in the first place
thời gian đa chiều = multi-dimensional time
bằng bất cứ giá nào = at any price
to lớn = big
người yêu = lover
quả cầu pha lê = crystal ball
nháy mắt = wink
mục đích đen = ulterior motives
xin vui lòng đợi một phút = please wait a minute
không đợi được = can't wait
chỉ một phút thôi = just one minute
không được là không được = can't is can't
được là được = yes is yes
vậy thì được = then yes
chuyện gì vậy cô? = what is the matter?
nói mau lên = speak quickly
có = have
tình cảnh khó khăn = emergency/in distress
có thật không? = really?
dường như = sounds like
ảnh ba chiều = hologram
ngay lập tức = right away

PITAYA: Trời đất ơi! Lạy chúa tôi! Lạy Mẹ Maria ơi!

OPERATOR: Trời đất ơi, câm miệng đi! Làm ơn, làm ơn, câm miệng đi!

PITAYA: Tại sao không được, Mr. Operator?

OPERATOR: Hey, ai là Mister Operator đây?

PITAYA: You are! What will it take for you to ảnh ba chiều an octopus? How much will it cost?

OPERATOR: *Đang cười lớn* Hologram tám tấn, is it? Hmm, Để Mister xem . . . Xin vui lòng đợi một phút . . . *Giới thiệu elevator music.*

PITAYA: No. No. No! *Pitaya takes out her micro-megaphone with hình dạng của một con turtle nhỏ, which is tucked behind her blouse, and blows into it.*

OPERATOR: Hello? Oh! *Ngừng elevator music.* Cảm ơn cho your sự kiên nhẫn. That will be 9,000,000,000,000 USD or 5.65 BTC. Will that be cash or tiền điện tử?

PITAYA: Tại sao quá expensive? How about four hot bánh bèo?

OPERATOR: I would rather have one large pan of bánh da lợn.

PITAYA: I will tell my contact in Đà Lạt to make you one. You will need to retrieve it from her bakery yourself.

OPERATOR: I không nghĩ vậy! That's quá xa, xa quá!

PITAYA: Only một giây thôi with your technology.

OPERATOR: You are so khó chịu, but you can't đẩy me around, lady. I làm việc twenty-two hours a day! I don't have chỉ one second thêm to go chạy đi chạy đó.

Pitaya gazes down at bà phù thủy biển. She has ngất xỉu already from water deprivation. Her massive form xì hơi like a large bánh bèo.

PITAYA: Trời đất ơi! Lạy chúa tôi!

OPERATOR: Ai has extra seconds just laying around? Không phải tôi, that's who! Are you listening to me? Lady? Không phải tôi!

PITAYA: Bà octopus xỉu rồi! Zap her out to the pool now!

OPERATOR: Được rồi, được rồi. Xin vui lòng đợi một phút.

Pitaya chớp mắt, and Ursula is gone.

PITAYA: Thank you, Mr. Operator. Thank you! You không vô dụng after all.

trời đất ơi = oh my god

lạy chúa tôi = my god

lạy Mẹ Maria ơi = mother of god

trời đất ơi, câm miệng đi! Làm ơn, làm ơn, câm miệng đi! =
    OMG, shut up! Please, please, shut up!

tại sao không được = why not

ai là . . . đây = who is . . . here?

ảnh ba chiều = hologram

đang cười lớn = laughing loudly

tám tấn = eight tons

để . . . xem = let . . . see

xin vui lòng đợi một phút = please wait a minute

giới thiệu = introduce/start/begin/cue

hình dạng của một con = the shape of a

nhỏ = small

ngừng = stop

cảm ơn cho = thank you for

sự kiên nhẫn = patience

tiền điện tử = cryptocurrency

tại sao quá = why so

bánh bèo = steamed rice cake

bánh da lợn = pig skin cake

không nghĩ vậy = don't think so

quá xa, xa quá = too far, too far

một giây thôi = one second only

khó chịu = difficult

đẩy = push

làm việc = work

chỉ = just/only

thêm = extra

chạy đi chạy đó = run here and there

phù thủy biển = sea witch

ngất xỉu = fainted

xì hơi = deflated

bánh bèo = steamed rice cake

trời đất ơi = oh my god

lạy chúa tôi = my god

ai = who

không phải tôi = not me

bà = madam

xỉu rồi = already fainted

được rồi, được rồi. Xin vui lòng đợi một phút = OK, OK,
    wait a minute please

chớp mắt = blinks

không vô dụng = not uselesss

The điện thoại tan into sharp dusty particles, which settle in her palm like MSG. And, it seems like it does have MSG in it because her heart đập thình thịch as if it has been absorbed into her hand without consent. Her tim accelerates so wildly that she nearly quên đi everything that has led her to this moment, but đột nhiên, she remembers, "Ursula!" She chạy very nhanh to the elevator so it can take her to the infinity pool tại tầng cao nhất của khách sạn. When the cửa of the elevator finally trượt mở, the bầu trời rộng lóa mắt and Pitaya's eyes begin to water. There, in the middle of the bể bơi vô cực—Ursula's frantic state giữa sự sống và chết—struggling and flopping điên-cuồngly like tám entangled rubber dây xích.

Ursula, không hẳn dead but không hẳn alive either, laughs out ồn ào and says in a surprisingly nhẹ nhàng voice, "Khóc làm chi em ơi?" In such a state of quẫn trí bất ngờ, Pitaya can't tell who is more điên—Ursula or her? Pitaya has always been proud of her sự tự ý thức hoàn toàn, and she cảm thấy bối rối that an octopus has rõ ràng impacted her não suy nghĩ.

"Con đâu có mít ướt đâu bà," Pitaya begins to explain to herself. Nói riêng, nói chung, Pitaya knows that she không cách nào a crybaby.

"Come here, baby," Ursula dịu dàng thì thầm, "Let me lau your nước mắt with my cao su skirt."

điện thoại = telephone

tan = disintegrates

đập thình thịch = pounding

tim = heart

quên đi = forgot

đột nhiên = all of a sudden

chạy = run

nhanh = fast

tại tầng cao nhất của khách sạn = the roof top of the hotel

cửa = door

trượt mở = slides open

bầu trời rộng lóa mắt = open sky dazzles

bể bơi vô cực = infinity pool

giữa sự sống và chết = between life and death

điên-cuồng + ly = manically

tám = eight

dây xích = chainmail

không hẳn = not quite

ồn ào = loud

nhẹ nhàng = tenderly

khóc làm chi em ơi = why do you cry

quẫn trí bất ngờ = unexpected distress

điên = crazy

sự tự ý thức hoàn toàn = total self-awareness

cảm thấy bối rối = feels confused

rỏ ràng = clearly

não suy nghĩ = thinking brain

con đâu có mít ướt đâu bà = I am not a crybaby, madam

nói riêng, nói chung = speaking both specifically and generally

không cách nào = is in no way

dịu dàng thì thầm = tenderly whispers

lau nước mắt = wipe your tears

cao su = rubber

Pitaya đứng yên một chỗ, not moving, for what seems like many hours of thời gian tâm lý, although in thời gian thực tế, she is stationery for only tám giây. Rõ ràng mạng sống của Ursula is saved, but Pitaya mãi mãi thinks about her lover đang bị mắc kẹt trong dòng thời gian. From one thế kỷ to the next. Pitaya nghĩ lại and she wonders if cái mùi khen khét phả ra từ her lover's nách still remains as dịu dàng as before. Inspired by the sự bất lực trước tình yêu, Pitaya đi bộ nhanh towards the infinity pool.

Dĩ nhiên, there is no thẳng thắn way to reach Ursula, unless Pitaya nhảy vào the pool herself.

"Bà ơi! Xin bà giúp con," Pitaya calls out to the un-bubblicious octopus in a giọng hoảng hốt. Pitaya notes the way the điều chế of her giọng nói thay đổi when she speaks with Ursula, as if she is a little girl một lần nữa, not a world famous philosopher who has influenced not only science fiction but also philosophy in over tám thế kỷ. Taking a stepback (nói một cách ẩn dụ) to observe herself from a panoramic view, she can't help but notice how her nhu cầu cấp bách demand has infantilized her sự tồn tại. After all, she is nhà khoa học viễn tưởng nổi tiếng nhà triết học, not a toddler crawling out of a Barney's Purple Dinosaur Costume just to la hét in her post-neonatal drools.

đứng yên một chỗ = stands still in one place
thời gian tâm lý = psychological time
thời gian thực tế = actual time
tám giây = eight seconds
rõ ràng mạng sống của = obviously her life
mãi mãi = always
đang bị mắc kẹt trong dòng thời gian = she is trapped in the
    circle of time
thế kỷ = century
nghĩ lại = thinks back
cái mùi khen khét phả ra từ = the burning smell emanating
    from
nách = armpits
dịu dàng = dulcet
sự bất lực trước tình yêu = helplessness of love
đi bộ nhanh = walk briskly
dĩ nhiên = of course
thẳng thắn = direct
nhảy vào = jumps into
bà ơi = oh, madame
xin bà giúp con = please help me
giọng hoảng hốt = panic voice
điều chế = modulation
giọng nói = voice
thay đổi = changes
một lần nữa = once again
tám thế kỷ = eight centuries
nói một cách ẩn dụ = metaphorically speaking
nhu cầu cấp bách = urgent need
sự tồn tại = existence
nhà khoa học viễn tưởng nổi tiếng nhà triết học = famous
    science fiction philosopher
la hét = yelping

Pitaya isn't a strong bơier, but she nhảy right in with sự khát vọng. Võing her arms theo kiểu flapjack octopus, she cố gắng to stay nổi. Sea Witch Ursula is not xa from her, and Pitaya chắc chắn her style of swimming không hấp dẫn from that close range. Thay vì giải cứu cô, would mụ phù thủy be dạying her to bơi, she tự hỏi. "Help em!" Pitaya calls ra.

"Your ability to bơi lội is too xấu for me to rescue you. I want một Michael Phelps nữ hoặc một Li Bingjie nam," she screeches.

Pitaya khạc nhổ water from her mouth and nose, and feeling like a cô gái ngốc nghếch, she pushes her feet xuống to the pool's floor and stands thẳng lên. The empiricality of her legs and the ability to chạm sàn hồ bơi with them erase her cảm giác sai lầm of death. All the mong muốn that had felt so fulfilling just moments before đột nhiên tan biến, and Pitaya feels buồn chán.

To heighten Pitaya's depth of sorrow and hebetude, mụ phù thủy undulates over to her và tuyên bố, "Tôi don't believe vào sự có đi có lại. You giúp me; me giúp you. Đó là luật xã hội và đạo đức mà tôi không tuân theo."

"Thật là đáng tiếc," says Pitaya, "you và me could've been such a subscription nóng."

bơi + er = swimmer

nhảy = jump

sự khát vọng = fervor/enthusiasm

võ + ing = flapping

theo kiểu = in the style

cố gắng = tries

nổi = afloat

xa = far

chắc chắn = is sure

không hấp dẫn = not attractive

thay vì giải cứu cô = instead of rescuing her

mụ phù thủy = the witch

dạy + ing [her to] bơi = teaching her how to swim

không = not

tự hỏi = she wonders

em = me/younger sister

ra = out

bơi lội = swim

xấu = ugly

một = one

nữ = female

hoặc = or

nam = male

khạc nhổ = spit

cô gái ngốc nghếch = silly girl

xuống = down

thẳng lên = straight up

chạm sàn hồ bơi = touch the pool's floor

cảm giác sai lầm = false sense

mong muốn = desire

đột nhiên = suddenly

tan biến = dissipate

buồn chán = bored

mụ phù thủy = witch

tuyên bố, = declare

vào sự có đi có lại = in reciprocity

giúp = help

đó là luật xã hội và đạo đức mà tôi không tuân theo = it's a social and ethical law I don't subscribe to

thật là đáng tiếc = what a pity

và = and

nóng = hot

Ursula's declared quy định poses a significant challenge as she is faced with the task of thuyết phục ng Ursula to alter her codes of conduct. Pitaya knows she must suy ngẫm sâu sắc here, and who better to vượt lên to this challenge than a nhà science-fiction triết học like her?

"Bà ơi," Pitaya asks, "Trước đây bà đã từng love ai chưa?"

Ursula cười toe toét and asks, "Does my little em know what happens when you chia any number by số không?"

"Dạ, bà ơi. I know I biết. Có phải khi Gloria Estefan was involved in một vụ tai nạn xe tải thảm khốc when a semi-truck đâm vào her tour bus in 1990? There is một con số 0 in year 1990."

"Đúng rồi! Đúng rồi! You want sự có đi có lại, but there is only ever one hướng in đời sống: đi without lại—and without lợi," the old witch says.

"If tình yêu is divided by zero as in nothing. If tình yêu is divided by the sự vắng mặt of reciprocity—does that đồng nghĩaly equating to a cô đơn vô tận? But I asked you about falling. About the nature of trọng lực and not vô cực," she emphasizes.

Ursula thở dài and says, "You hiểu sai everything about vô cực: sự cô đơn does not exist in infinity, it only phát triển mạnh in your human lives đáng thương hại."

Pitaya tranh luận, "In your world of nonexistent reciprocity: sai is not sai. Sai is phân bón or Sai Pallavi or something else."

Ursula erupts lộn xộn laughter for many phút dài until she starts to nghẹt thở.

"If reciprocity isn't possible, how about a transaction? Can I pay you or provide a dịch vụ of some kind for giúping me find my lover?"

quy định = stipulation

thuyết phục + ing = persuading

suy ngẫm sâu sắc = contemplate deeply

vượt lên = rise up

nhà triết học = philosopher

bà ơi = witch ơi

trước đây bà đã từng ai chưa? = have you fallen in love with someone before?

cười toe toét = grins

chia = divide

số không = number zero

dạ = yes

biết = know

có phải khi = is it when

một vụ tai nạn xe tải thảm khốc = a tragic car accident

đâm vào = nosedive

một con số 0 = one zero

đúng rồi = that's right

sự có đi có lại = reciprocity

hướng = direction

đời sống = life

đi = go

lại = return

lợi = profit

tình yêu = love

sự vắng mặt = absence

đồng nghĩa + ly = synonymously

cô đơn vô tận = lonely life of infinity

trọng lực = gravity

vô cực = infinity

thở dài = sigh

hiểu sai = understand wrongly

vô cực = infinity

sự cô đơn = loneliness

phát triển mạnh = thrive

đáng thương hại = pitiful

tranh luận = contends

sai = wrong

phân bón = fertilizer

lộn xộn = chaos

phút dài = long minutes

nghẹt thở = choke

dịch vụ = service

giúp + ing = helping

Ursula immediately đổi mặt and says, "Mụ phù thủy già này loves a cuộc thảo luận, but I fear the giá quá cao for you, em ơi."

It's deceptive—her cephalopodic skill in concealing her self-image—by ngượng ngùn wanding her tentacles qua her nhãn cầu. Ursula has consistently faced challenges related to her non-vóc dáng, non-Naomi Campbell or non-Cara Delevingne physique. Mặc dù her refusal to endorse giảm cân tactics from social mạng platforms, she often finds herself chống chọi to their pitfalls.

Lúc đầu, Pitaya thinks the old witch wants a simple trao đổi vật chất, like sex, but then she realizes she wants a more literal trao đổi vật chất, like to đổi their bodies: một for một.

They mutually sign một hợp đồng: Ursula with her cephalopodic melanin mực squirting từ her two glands and Pitaya John Hancocking it with an electromagnetic pen she lấy trộm từ Ali Raz.

Trước khi the ink is even khô, Pitaya feels her individual cells nhân theo cấp số nhân, and when she đưa tay xuống to touch her body, her fingers slide into mỡ.

With eight arms and a soft, mềm mại elongated body, Pitaya cảm thấy she đang trên đỉnh thế giới. And then she sees Ursula, mặcing her cũ body bó sátly. She is ngạc nhiên that thay vì feeling khao khát cho her, all her blubber feels buồn nôn.

Vomitable with her corpulent, mập mạp flesh chứa đầy chất nhầy and sensory cells and collagen fibers, she is a borderless tub of chè bánh lọt không viền or Cendol. Cendol là một món tráng miệng/đồ uống Đông Nam Á làm từ wormlike thạch lá dứa, stirred with xi-rô sugar thốt nốt, and phủ nước cốt coconut ngọt.

đổi mặt = change face
mụ phù thuỷ già này = this old witch
cuộc thảo luận = negotiation
giá quá cao = price is too high
ngượng ngùn = shyly
qua nhãn cầu = across the eyeballs
vóc dáng = slender
mặc dù = despite
giảm cân = weight-loss
mạng = media
chống chọi = succumb
lúc đầu = at first
trao đổi vật chất = physical exchange
đổi = trade
một = one
một hợp đồng = contract
mực = ink
từ = from
lấy trộm từ = stole from
trước khi = before
khô = dry
nhân theo cấp số nhân = multiply exponentially
đưa tay xuống = brings her hand down
mỡ = lard
mềm mại = soft
cảm thấy = feels like
đang ở trên đỉnh thế giới = on top of the world
mặc + ing = wearing
bó sát + ly = tightly
ngạc nhiên = surprised
thay vì = rather than
khao khát cho = yearning for
buồn nôn = nauseous
mập mạp = fat
chứa đầy chất nhầy = filled with mucus
chè bánh lọt không viền = Cendol/ Hydrous Disgraced
    Soufflé
một món tráng miệng/đồ uống Đông Nam Á làm từ =
    made from
thạch lá dứa = pandan jellies
xi-rô đường cọ thốt nốt = palm-sugar syrup
phủ = engulfed
nước dừa cốt ngọt = sweetened coconut milk

"Chuyện gì vậy cưng? You không ổn à?" Ursula asks ngọtly—với Ariel's giọng thoát khỏiing from Pitaya's old miệng và lưỡi.

Expecting to acquire Ariel's voice in cuộc trao đổi cơ thể, she is shocked khi she nghe chính mình nói: "Bà bủn sỉn này. That is a cuộc trao đổi công bằng. Tại sao you have Ariel's giọng nói ngọt ngào?"

"Những gì của tôi is của tôi. I won this voice công bằng và vuông vức, that's why! What? Cưng lo that your old lover won't mong muốn a béo girl? You chưa từng nghe virtue đánh chết beauty sao?"

She tự trách mình—why would she expect một kẻ xấu xa to be fair? Đây là her own lỗi, she biện minh. Pitaya turns to Bà Ursula và cau mày nói thẳng to her face, "Hải sản hải sản is my người yêu's người yêu. In fact, bạch tuộc is sinh vật yêu thích nhất của cô. The more béo, the more muối, the more biển, càng ngon càng ngon."

"Nói gì làm vậy," says Ursula, and she winks once. "Chúc cưng đi vui vẻ!" She waves ta đa như một cô cheerleader.

chuyện gì vậy cưng = what's wrong sweetie

không ổn à = not OK

ngọt + ly = sweetly

với = with

giọng = voice

thoát khỏi + ing = escaping

miệng và lưỡi = mouth and tongue

cuộc trao đổi cơ thể = body exchange

khi nghe chính mình nói = hear herself speak

bà bủn sỉn này = you stingy witch

cuộc trao đổi công bằng = a fair exchange

giữ = keep

giọng nói ngọt ngào= sweet voice

những gì của tôi = what's mine

của tôi = mine

công bằng và vuông vức = fair and square

cưng = sweetie

lo = worry

mong muốn = desire

béo = fat

chưa từng nghe = you haven't heard

đánh chết = beats to death, murders

sắc đẹp sao = beauty

tự trách mình = blames herself

một kẻ xấu xa = a wicked person

đây là = this is

lỗi = fault

biện minh = justifies

cau mày = frowns

nói thẳng = candidly

hải sản hải sản = seafood seafood

người yêu's người yêu = lover's lover

bạch tuộc = octopus

sinh vật yêu thích nhất của cô = favorite sea creatures of
　　hers

béo = fat

muối = salt

biển = sea

càng ngon = more delicious/sumptuous

nói gì làm vậy = I do what I say

chúc cưng đi vui vẻ = have a good trip

ta đa = goodbye

như một cô = like a

Theo lệnh của Ursula, cô lắc qua lắc lại her cơ thể béo phì, tròn trịa, to lớn and biến mất vào the ether. Many gương gấp and ungấp, and her cephalopodic body gấps too.

She zaps to and enters the black hole of thế kỷ 24. Bên trong lỗ đen, light turns in a perpetual cầu vồng. The black hole is a mặt trăng-shaped comet of bánh gai: thick, thorny leaf, nhớt. Oh no, Pitaya thinks, mọi thứ her lover used to tránh như the plague.

She notices người yêu của mình, a flower fauna amongst the reeds, enjoying the mucilaginous blanket of the 24th century as she cưỡi một con rồng the color of timelessness in and out of different mirror fabrics while eating bánh tét chiên. All in all, có vẻ như her lover doesn't need to be rescued.

theo lệnh của Ursula = at Ursula's command

cô lắc qua lắc lại her cơ thể béo phì, tròn trịa, to lớn = she
    shook her large, plump, obese body back and forth

biến mất vào = disappears

gương gấp = mirrors fold

un + gấp = unfold

gấp + s = folds

thế kỷ 24 = the 24th century

bên trong lỗ đen = inside a black hole

cầu vồng = rainbow

mặt trăng = moon

bánh gai = thorny cake

nhớt = viscid

mọi thứ = all the things

tránh như = avoids like

người yêu của mình = her lover

cưỡi một con rồng = rides a dragon

bánh tét chiên = fried bánh tét

có vẻ như = it seems like

MID-27th CENTURY

Pitaya is a famous philosopher in the sci-fi world of the mid-27th century. All day she just blooms fragrant ideas. Rumors state that she was born from a small feminist dragon, the color of a star. Pitaya really has an uncanny amount of self-critical awareness. She is a daughter of many violent things, including the theory and philosophy of the past, in the time before the 7th Sentinel regains their Intergalactic Throne. As such, it is her responsibility to prosecute time thieves. Empty space has plenty of black cunning, sinister hiding in plain sight. That is why it is so difficult to find them: space is just one expanding playground. The entire 24th century was stolen by the Agra Twins, and the 24th century was most responsible for the development of technological time travel. Now, three centuries later, Pitaya still has a headache because of those Agra Twins, aka the Malevolent Twins. Because she is more of a philosopher than a detective, she has been racking her brains on how to capture them. She has three brains, comprised of ten thousand neurological regions. Nevertheless, in moments like this, she still shakes and flips over her Magic 8 Ball for some words of encouragement. Prime numbers have been known amongst a group of experimental mathematicians to be god's subconsciousness displayed in measurable numbers. She has had this toy since the 22nd century, and it has never been correct. It has a total of 282589933-1 eyeballs, an important prime number, which rotates 90 degrees whenever it attempts to make a prediction. It's easy to understand why she thinks it might reveal the precise coordinates where the Malevolent Twins hide. For far too long, they have employed sinister tricks to evade Pitaya's solar spaceship.

Piyata doesn't want to drown in her vengeance, but what choice does she have when her soulmate disappeared into the black hole of the 24th century and hasn't been found? The crisis she felt after that loss was like an exponential function, always multiplying. The effect is similar to being "taunted by a ghost" taking possession of her. Pitaya really hates it when this happens, and she has a theory on how to stop it. She must pretend that part of her soul, the part that is devoted to her soulmate, has evacuated deep in the mountains of Jupiter. It's been three centuries, and although she feels satisfied that her partner still has so much influence over her, she wonders if she would still love her at all if she hadn't disappeared. Eternity is strange in terms of time annihilation, in that what gets erased can become immortal. It takes all of Pitaya's wit to exist as an immortal; no one has offered her any advice, so she must seek out strategies on survival by herself. She

GIỮA THẾ KỶ 27

Đây là một lỗ sâu, nơi câu chuyện của giữa thế kỷ 27 tồn tại.

has sought out vampires and werewolves for guidance, but their thirst for blood and their superego get in the way. Furthermore, does she really think that those characters are worthy enough to offer her guidance? She understands that beggars can't be choosers and their wild lifestyle and life choices provide her a different route of guidance, one that could potentially combat the Malevolent Twins. If not for those stinky twins! All in all, she can't complain about life on Jupiter, even if she does sometimes feel lonely and she dreams for a friend in a soulmate.

She does some research on the Stinky Twins: they were created as fake humans in a Clone factory. Unfortunately, the workers were not very careful in their construction. They accidentally and inadvertently dropped into their artificial genetic pool too many of the anger-causing gene HTR2B, which is responsible for impulsive and violent temperaments in human beings. Nobody could prepare for the degree of evil those Malevolent Twins contain. They were one of the batches that came out deformed and had to be discarded, but the Twins survived the clinical disposal. The rumor, which Pitaya hardly believes but willingly admits that it's a pretty story, has it that after they were thrown in the trashcan, they held on tightly to each other and determined to live and that determination alone saved them. The trashcan was their incubation period, where they were able to merge their electromechanical shadows with what they liked to call "bionic" phở to create a constant state of sleep paralysis for their consciousness. In that state, they were unable to move and their bodies became hypothermic, and so they agreed to sacrifice their individuality and merged to become one.

And so they coalesced, but were not homogenized. Thus, their different body parts were not created in the original intended destination, for example: one mouth opened on one of their hips so that when they spoke, their trapped voice echoed like a void chamber. It took many decades, and sometimes they hated each other with such zealousness that they had Grandma Butcher's number on speed dial, but eventually, they rose to be the most evil of all in all the galaxies combined. Grandma Butcher specializes in the extreme stretching of flesh before chopping them into various parts. She treats all material existence as if they were caramelized candies, melted, stretched, and then divided into edible components.

"Enough is enough," yells Pitaya, "their sad creation story does not make up for their fundamental evil!"

Pitaya plans to meet them at the Vampire Convention at the SKCC (Serial Killer Convention Center) in Galaxy Q2X. Regretfully, entrance into the convention requires proof of no less than one thousand murders to even register for the four-day event. There is an underground fake proof maker run by Earth's most prolific serial killer, Pedro López. Months ago, Pitaya's delicate assistant had set an appointment with him and she intends to meet him in one of the dark alleys of SKCC.

"You know," the notorious serial killer says, "I hate to leave you feeling so disappointed and honestly I want to help you, but unfortunately the SKCC employs the best fact checkers in the galaxy."

Pitaya would have normally be wary of her own safety, but the Monster of the Andes, Colombian born, only specializes in killing baby girls—and Pitaya, after all, is over four centuries old. To control the power, she says, "What do you suggest I do?"

To rebalance their power structure, the Monster of the Andres responds, "You need to convert the Twins into Ecuadorian girls—they tend to be more 'trusting' and 'gentle' and 'innocent' and I could rape them better."

Pitaya tries to hide her revulsion: he really is a monster. Despite her hideous disgust of him, she wonders if he actually qualifies to be a serial killer expert when he only raped and murdered about 110 girls. She needs to find at least ten more like this monster to get into SKCC! That's when she remembers that the Clone Factory, where the Twins were created, clones material objects in wholesale batches: if only she could have unauthorized access to their reproduction manual, she could easily reach the prerequisite 1K+ for SKCC's entrance fee! She realizes then that her solution is useless—she would only be introducing more killers and evil into this world, which is not her main purpose and she suspects that she needs to update her plans.

Because Pitaya cannot quit this race so quickly, she must do whatever it takes, but then she has a genius idea: a 3D printer! She can print 1,000 "people," but she wonders if something printed has a soul that can feel pain. Print people to kill—seems like a brilliant idea now, she thinks, until their ghastly consciousness and their pain appear like ghosts to haunt her? Although she is very scared of ghosts and superstitions, she decides that she will deal with the consequences later. The best printer, especially the ones beyond 3D, say 6 or 7D, she knows, won't be made until the 28th century—how will she transport it from the future to her century to use it?

First and foremost, she must get away from the Monster of the Andes so that she can develop a winning strategy. She takes out her timeless phone, designed by famous Vietnamese architect Ngô Viết Thụ's 77th future wife, Violet Oval (who is also a robot), to call Phu Nhân Golden. Nervousness fills up in Pitaya; a hologram suddenly materializes in front of her.

Unexpectedly haunted, she dodges it as if it were going to not superimpose over her, but stack literally on top of her. Pitaya is surprised—what she sees is a surprise and she herself feels surprised—at the excellent quality of the connection: she really is yellow.

Lady Golden widely opens her robotic mouth, which is the size of a triangle coconut cake and says, "What are you calling me about—I'm in the midst of digitally sleeping, soundly and sweetly."

"Please empathize," chirps Pitaya, "but the situation from your last century, which is my today, leaves no other options for me."

Pitaya continues, "I want to travel to the 28th century as soon as possible—can you transform this into reality?"

Lady Golden smirks, "Of course I can! I thought you wanted something difficult!"

"Of course. Of course," repeats Piyata.

"Of course, time travel is not only psychologically expensive, but also fiscally so," she emphasizes. "Do you really think you have the means to buy this time?"

"Of course, I can't deny my own wealth, but more importantly, your discretion is vital because this whole century is under strict surveillance."

Lady Golden switches herself into a different mode, into a visible sound wave and says, "I can be only sonically discrete, but the risk is up to you."

Pitaya can't hide it: she's a total fangirl of Lady Golden.

Lady Golden rolls her digital eyeballs to the size of two floating desserts and in a business-like tone, exposing three dangling ginger slices, imparts, "If you go to the alley of a curry restaurant named Higher with 76.3 Bitcoins, you can meet Booster Gold, who will escort you to a time field."

"I will do everything exactly as you say," Pitaya swallows nervously, "but I need to admit this, too: I think you are such an amazing miracle."

"Thank you! Take this with you," Lady Golden transfers a mirror at the speed of light into her human hands. "It not only prevents you from having time travel vertigo but as an added bonus: it will also stop those bothersome baby black holes from sucking on your boobs."

"Wow, what a special achievement!"

Afterwards, she vaporizes like a cluster of underwater plateaus in Newfoundland from her field of vision.

Pitaya, on the other hand, quickly calculates the conversion rate between Bitcoin and Ethereum97, the universal currency of the 27th century. This currency is quite strange—made entirely of black online water due to two centuries of intense drought. Pitaya has never cared about the history of cryptocurrency because it makes her head ache. With the headache in the potential background, she admits that after such significant spending on time travel, she may not have any left over to pay her hairstylist, who recently gave her a cauliflower-shaped hairdo. The only thing she wants to do is to escape, but she can't pass up the opportunity to destroy the Twins. Her cauliflower hair, its design, was inspired by Nguyễn Minh Cường's "Flower Blooms Without Color," and true to its spectrum, aura, and form, it's as colorless and white as Jesus's ass.

"Hair ơi," Pitaya says, "give me some advice to strategize on how to get the right number of Bitcoin."

Her hair has no response and she proceeds to travel forward. When she arrives at Century 28, it is like being in an MC Escher drawing, where the skyline and the sky are indistinguishable—everywhere and everything are constantly printing itself or themselves or x-selves, including the buildings, streets, street signs, trees, and light posts. She hears a warm singing voice, but not with her ears, no, the voice seems to radiate through everything but from nothing at all. It is a voice that clones itself with the echoes of falling tears like a Đà Lạt waterfall. Because everything is also a clone, she can't figure out what is official and what is just something that's been reproduced. The city is a moving puzzle, a mobile labyrinth. Despite its elegant programming, the labyrinth can't deny its own rustic inelegance. Wherever she goes, she gets the sense that it either multiplies or folds into itself, and because of that trepidation and nerve, she halts her steps and 27th century appearance completely. Pitaya suddenly recognizes that she stands out here in Century 28, and she thinks herself silly because she had thought she was transparently hidden. Outside the ontological and technological controversy over the value or legality of her existence here, she almost fits in. This wouldn't be the first time she got entangled in the lifestyle marketplace, and to tell the truth, she is starting to like this century. Its reality has many textual, material voices and layers, augmenting and heightening her perception, almost to the point of tattooing her hand, neck, face with the ink of their reproduction. "Today is not like before," Pitaya says, and temporarily stops.

Its silence and immobility force her to declare, "28th Century, ơi! Me and you become lovers, OK?"

While TK28 is evaluating Pitaya, everything is totally silent. She has already placed her entire face on a scale and is still debating whether or not to add her elbow or kneecap.

Meanwhile, Pitaya is forced to keep completely still in one position, and she is starting to feel exhausted already. Devoid and depleted of stamina, she can't help herself and her voice slips one or two echoes behind. When it returns in echo, she hears her own voice ask, "What are the consequences?"

"You broke the rule of this century. Now, I must punish you," declares TK28.

Still frozen in place, Pitaya tries to admit, "I'm sorry that I made you feverish," but she can't make her lips move at all. TK28 makes a grim face, which Pitaya quickly discovers is her way of allowing her voice permission to speak, which forces Pitaya to think quickly.

Conflicted, bifurcated, and indecisive, she thinks maybe she should proposition a programmer to write some software for the transaction of punishment. She has the Malevolent Twins in mind to take the punishment on her behalf.

"No!! Not possible! We strictly adhere to the principle of quid pro quo here. Whoever perpetrates the crime must resolve matters directly with their victim," TK28 italicizes.

"I wouldn't dare it, old lady ơi," Pitaya says.

"Change your shirt and your pants quickly! Senescing me is a bit geriatric, not to mention unromantic of you—I thought you wanted us to be lovers?"

"You can use me any time—and I do honestly want you—but to tell the truth, I belong to someone else, and I need to save her, which is why I'm here in your century in the first place."

"I am only teasing you—one doesn't look pretty naked in this century."

"There's something very beautiful, but I," Pitaya pauses to look into TK28's eyes, "I have never seen it."

"If you haven't seen it, how do you know it's pretty?" TK28 responds back.

"I only need to look around me right now, but it hasn't been invented yet when I'm from."

"I already understand—there's an old man—his name is Mr. Angry Hội An—like Angry Birds who lives five mirrors from your current perspective—I know he can help you."

Although Pitaya is grateful, she regrets that they won't have the chance to be official collaborators.

Pitaya drifts in between different mirroral abysses. She had thought the 28th century was complicated, but this mirror system makes her pupils spin in circles.

She is surprised that they don't cut her into a million fragments—instead, their infinite refractions delay her memory a little—so that it seems like she is moving in between different worlds. When in fact, she remains in stasis, waiting for reality to take her back to its mainframe.

Suddenly, she hears an angry chirping, "What do you call yourself?"

"I call myself π Ta Già!"

"You're quite mischievous, eh?" he laughs, "I respect that."

"What a pity! I wouldn't dare! Old man ơi—help me, OK?"

"You dare to call me old man when I ballpark you at least three centuries older than me. At least!"

Pitaya changes her tone right away, and says, "Anh ơi anh!—Lend me a hand for this problem, won't you please?"

"Of course, older sister ơi. You can use me to do whatever you need. I am your slave." He bows his head down, respectfully.

This century is strange—slavery must still exist, thinks Pitaya. Slavery became obsolete, as in not in fashion a few centuries ago. "I am out of options here. I'm desperate for your special printer!"

"I have many printers. Which one do you want?"

Pitaya doesn't know the printer marketplace would have options: how many dimensions does she need again?

As if reading her mind, Mr. Angry Hội An suggests, "I have a printer that can print a billion eyeballs in a second. I have another that can autocorrect itself—meaning—it can alter its source code in real time and also print itself in reverse."

"Oh wow!" Pitaya yells out. "How great! How did you read my mind?"

Mr. Angry Hội An stares at her wordlessly. Prompted by his speechlessness, Pitaya clarifies herself, "I need to print zombies or people without souls—they need the illusion of aliveness, but they're already dead inside."

"What a delicious proposal!" he says. "How many familiar faces and how many faces that pop?"

"I want to print—instead of actors, actresses, and extras from the film *Gandhi*—exactly 1,001 of these."

"OMG, for real? Do you think my printer is a god or what?"

"Clearly, it has to be a god. My love's life depends on it."

"Maybe," Mr. Angry Hội An says, "let me think for a moment. I got it! I have a solution! It's very easy to do. I just print out 1,001 humans without any official identities, and you can kill them!"

Before Pitaya can reply, Mr. Angry Hội An adds, "The printer likes to eat round dumplings, while smoking a Cuban cigar and imbibing a chilled sugarcane drink!"

"That's what it needs for each copy?! Let's see, that's 3,003 bánh bao, 1,001 cigars, and 1,001 sodas? Not too hard, not too hard."

Pitaya tucks away her bitcoin, the digital currency she thinks she has to procure and watches as the printer, appearing like the mouth of a fat spaceship, spits out one perfectly soulless human after another. She starts to count and separate them out in groups of ten "people."

In a queue, one soulless human turns to her and says, "Maypitaq ukhu pachayki kachkan?"

"Don't pay attention to what it says," Mr. Angry Hội An says to Pitaya, and turning to the soulless human, he yells, "Shut up! Shut up!"

Pitaya wonders if these zombies have been misprogrammed. She's never heard a soulless human speak with such urgency before. Perhaps they are seeking their underworld, their own happy hell. She turns to Mr. Angry Hội An and asks, "Should we have tried making a prototype first? We already have 673 of these—674, 675!"

"These perfect soulless humans do not need to be ideal or perfect—you just need them for wholesale assassination, right?"

"Not wrong, not wrong, but I just—Mr. Angry Hội An ơi, you promised me they wouldn't have a soul and this one is asking me about Hell!"

"Being able to speak isn't a sign or validation of soulfulness—when a computer reads a book, it doesn't mean it has consciousness. I assure you that these zombies do not have a heartbeat or—"

Meanwhile, the printer spits out the very last copy, number 1,001.

"Alright, alright, I am dead meat!"

The 1,001 copies say in unison, "That's what she said."

Then, the 1,001 soulless humans self-annihilate and evaporate with crab noodle vapor.

Pitaya can't believe that she can manifest such a difficult task. Did I just hallucinate their evaporation? Pitaya asks herself. Or did they just air-recycle themselves, and if so, could I reverse-engineer their non-existenceness? Does their instantaneous suicide count as her proactive mass genocide?

Pitaya shivers with excitement, compelling her attention to snap back; she has just achieved the unimaginable!

She turns to Mr. Angry Hội An and asks him, "Will you validate my Serial Killer Card like a parking ticket to note that I have indeed murdered 1,001 bodies?"

"Unfortunately," he says, "I am not an active member of that organization. Do you think that will be a problem?"

She frowns while gazing at him and utters sotto voce, "This man is truly useless."

"This woman is such a nuisance," he says, "but you are also lucky. I will validate that you murdered 1,001 people, just as you commanded."

"I don't want to be a nuisance, but just in case, they do want concrete validation—should I tell them to call the number on your forehead: this number is X57-M44-Plastic B00BS. Is that right?"

"You make it sound so difficult, Cô π Ta Già! In my spare time, I like to DIY my own advanced programming language. I think I can handle a simple validation for you."

From her space-compressed wallet, a pocket of tranquility where money and time coexist, Pitaya retrieves 3,003 bánh bao, 1,001 cigars, 1,001 servings of sugarcane juice, and two cowbells, presenting them to him.

He smiles like a coquette and says, "I don't even need a bank for this payment. Direct deposit right here."

He opens his mouth so wide that Pitaya can see bone. She can also see the midnight abyss or Tây Ninh of his stomach. Pitaya has never considered the idea that men might not be entirely repulsive to her, but observing Mr. Angry Birds, she feels a twitter of yearning. The kind that makes her want to vomit her recent three centuries of existence.

Even so, Pitaya says, "Can I get your validation form already? I'm ready to go back to my own home time."

He stamps her validation card using his ear, which has been molded into a digital thumb, where a billion DNA of possibilities can coexist in their hemispherical, chromosomal plane and without much ado, she returns in a flash to the mid-27th century to combat with the Malevolent Twins and to participate in the Serial Killer Convention.

In the mid-27th century, Pitaya senses a disconnect, feeling as though she no longer belongs. Perhaps her place lies within the timeless realm of the color black, the color of vastness, and the concept of starting anew from *tabula rasa*. Maybe Ông Stephen Hawking wrote *A Brief History of Time* about her. This famous physicist once told her, "We are just an advanced breed of monkeys on a tiny planet of a very average star."

Who is Pitaya to confidently engage in conversation with a renowned physicist? Surprisingly, she doesn't identify herself as a kind of monkey at all. Instead, she sees herself as a mushroom, abundantly enriched with carotenoids, and perceives her own headdress as a hidden galaxy of its own kind. She's not trying to be satirical, nor is she exaggerating: a mushroom is equally strong, equally everlasting. She shyly wanders around this distant century like a child with lung cancer.

Suddenly, voices explode everywhere—someone saying something about rising energy costs, another advertising different types of weaponry, another offering new identities for those with a naturally criminal face—and Pitaya immediately recognizes where she is: deep inside the Serial Killer Convention. She reasons she must have taken or hopped onto a molecule taxi towards this ugly structure, which allows her to sneak immediately into the convention's zigzaggy stomach.

Pitaya's ears pick up the unmistakable sound of two arguing voices, speaking as one, each voice using a different voice. Is this the Malevolent Twins? She asks herself. And, if so, why are their voices not superglued together so that they sound like Elvis Presley and Hương Lan singing a duet? The last time she was in the same place as the Malevolent Twins, she was a different person. It was less than a century ago, but she has traveled through so many more centuries since then. It seems that the act of killing over one thousand soulless souls has changed the landscape of her soul. Pitaya coughs to get the Twins' attention and says, "To measure time, do you prefer a time zone, a timeline, or Greenwich Standard Time?"

"Ah, you tactless, socially inept little miss!" They exclaim in unison, "You dare to speak to us?"

"As if!" Pitaya spits, "You're the one—two, ones!?—who are unworthy! I know who you are, but who am I??"

In unison, they cry out, "You are a witch who wants to annihilate us!"

Pitaya says, "A girl can hope, can't she? And I swear that I will destroy you."

"Whether you have the capability or not is not the issue; the real question is that we haven't determined the method of your demise. Should we opt for slicing you into small pieces or transforming you into cubes of bouncy pandan jelly?"

"It's not OK, Malevolent Twins ơi, not OK. For sure I am very bland, even though I eat way too much salt." She speaks up and continues, "I am not some three color bean dessert that you can whip up and just eat."

"We only crave bitter melon soup. We never touch sweet treats," they say.

"I never said I was a sweet little thing," Pitaya declares.

"Little Sister ơi, you're still naive like a doll. How can you be bitter enough to satisfy our palette?"

Out of the corner of her left eye, Pitaya sees a crowd of serial killers come marching in. Pitaya puts a hand in her pocket and pulls out the mirror that Lady Golden gifted her, which she can fold and unfold. It's a super state-of-the-art mirror, the kind that can suck in any object no matter its size, weight, and dimension into its silvery slithering abyss.

Meanwhile, the crowd of serial killers plunges into the crowded aisle of the convention's book fair. Pitaya feels overwhelmed and she turns to her fancy mirror for guidance.

"What should Pitaya do?" she asks herself.

The mirror may lack comprehension of her hyperphobia for evil, as it opens its reflective mouth and draws in (or rather suctions in like a straw) precisely 179 (a prime number) serial killers into its convex complexion.

"Cool beans!" Pitaya exclaims. She gazes into the mirror, with one eye scanning the scene to spy on those Twins, just like the game Where's Waldo.

From the intestine of the mirror, the Twins reproach her, their accusatory four eyes glare at her, "Sanitation pad! What the fuck did you just do?"

Pitaya is about to apologize to the Twins and all the serial killers, but then she realizes that she had just removed a scourge. The serial killers in the mirror are all forced to squeeze into emotional polychromatic jelly beans.

Pitaya pauses to assess the situation around her: everything is ruined, and all the books glitch and spark. Even Gabriel García Márquez's *One Hundred Years of Solitude* has digital diarrhea, a condition where all the sentences and paragraphs are scrambled. On the other hand, there's not any serial killers who have killed at least one thousand people left anymore. She asks herself why had to travel to the 28th century to fake-kill 1K zombies, when the solution can easily be found in the mirror? It's not like it was easy-peasy to make 1,001 bodies, but when did this mirror appear in her pocket? Meanwhile, the security guards of the serial killers patrol the area, searching for their renowned keynote speaker who seems to have disappeared. Unbeknownst to Pitaya, the keynote speaker has been sucked in, ensnared, and abducted within the confines of the mirror.

The security guards are all volunteers, mostly poor graduate students who couldn't afford the high price of admission. They were given a generous stipend to attend the convention as assisted killers and as assistants. "Generous stipend" is synonymous for free classes in criminology. Unfortunately, they hardly had a chance to practice their responsibilities because who would expect there would be trouble at a serial killer conference??

One of the security guards turns to Pitaya and asks, "You look familiar. Are you Nguyễn Thị Phương Thảo?"

Pitaya frowns and says, "Look at the name tag. Education today is not like before."

"One simple 'no' would have been fine," the guard retorts.

"Your mama is simple, but I don't need to insult you anymore. No," she says.

"This woman—dear God—makes me breathless! Do you happen to know where the keynote speaker is?"

Normally, Pitaya is never rude, but all this time travel has scrambled her personality around.

"Who is the keynote speaker exactly?" she inquires. "Although I only just arrived—I haven't seen anyone yet." As the conversation unravels slowly across ten minutes, Pitaya discovers her identity: it is Octopus Ursula, the Sea Witch. Madame Octopus has stolen the beautiful voice from Ariel, the little mermaid, in order to speak at this convention.

Pitaya says, "Why did you wait that long to tell me? Of course I know exactly who Ursula is!"

Having heard her voice echoing in space, Sea Witch Ursula glides her octopus tentacles out of the mirror and across the main convention foyer like Michael Jackson and exclaims in a young, sweet voice, "Who dares to mention my name?"

When Ursula speaks, it is like silk from the mouth of some leather sheets, like water from something that has been desiccated. But, with a sweet voice borrowed from Ariel, her sonic form truly mismatches with her colossal appearance. Pitaya has seen the movie, of course, but she still cannot make sense of the simultaneity of what she sees and what she hears.

Pitaya turns to Old Lady Ursula and says, "Sea Witch ơi, there is a poor graduate student who is trying to find you. But, I just want to know for myself—what will your speech be about?"

Ursula looks at Pitaya, and Pitaya feels that her soul is gasping after a flood season lasting four decades.

"Who are you? What position in life and in what murderness that allows you to address me as your equal?" Old Lady Ursula scolds Pitaya. Although Ursula's words are an aggressive attack, her singing voice is pure glory.

Instead of feeling humiliated, Pitaya bursts out loud laughter like a laugh machine—she can't take the sea witch seriously, her childish voice gets in the way.

Despite the laughter, Old Lady Ursula doesn't stop her song; instead, she accelerates its tempo. Pitaya's heartbeat follows along, helplessly, as if she is mesmerized. With that extravagant voice, thinks Pitaya, instead of inspiring people to up their ante in serial murders, they will be rolling their bellies laughing like Dave Chappelle's comedic solo performance on SNL.

Reflecting on her childhood, Pitaya questions if her memory is accurate, considering the old octopus crone's song should, supposedly, have total control over her mind by now. Yet, she wonders if these thoughts are genuinely her own. Puzzled by why Old Lady Ursula, who isn't a serial killer, was chosen as the keynote speaker, Pitaya questions her qualifications and the committee behind the selection. Is a soul thief more evil than serial killing? As Pitaya delves into the definition and parameters of murder, her thoughts seem to transcend her mind, as if broadcasted on a loudspeaker—a product, perhaps, of her vivid imagination.

While singing, Ursula begins to show signs of self-asphyxiation, mainly because she cannot survive on air alone. After all, being a sea creature and not a human, she requires a return to her aquatic environment to thrive.

Her song, exquisite and resplendent just a minute ago, swiftly deteriorates from tattered to uneven, then ragged, and ultimately ends up sporadic and disjointed. Pitaya is aware that Old Lady Ursula is as malevolent as the Twins, but she feels compelled to rescue her. The convention, hosted in a luxurious and colossal hotel, features a sizable swimming pool. Pitaya is certain she must bring the sea witch there. Recognizing the urgency, she understands she can't wait for an opportune moment to save her—it needs to happen now.

"Madam ơi, come with me," Pitaya urges, attempting to grasp one slimy tentacle after another, but they keep slipping from her grip. Weighing nearly eight tons, equivalent to the size of a yellow bus, her massive form makes it impossible for her to carry or lug the sea witch. Pitaya realizes she needs to abandon her fairy tale hero fantasies and get down to business if she wants to save the old sea witch. Although she doesn't even know why she is saving her in the first place. She takes out her holographic phone and contacts its multi-dimensional time operator. Willing to pay any price, Pitaya aims to have the big sea witch transported to the hotel's swimming pool so she can assist in locating her lover via her fancy crystal ball. Wink, wink—serial killers are not the only ones with hidden motives.

OPERATOR: Please be happy to wait a minute.
PITAYA: Mr. Operator, I can't wait. It's an emergency!
OPERATOR: Just one minute, ma'am.
PITAYA: Can't is can't!
OPERATOR: Yes is yes!
PITAYA: Then yes?

OPERATOR: What is the matter? Speak quickly.

PITAYA: I have an emergency!

OPERATOR: Really? Sounds like you just want to waste my time.

PITAYA: No. No. Can you hologram a yellow-school-bus sized octopus to a swimming pool at Hotel Bà Rịa for me? Right away.

OPERATOR: Right away, you say? No can do.

PITAYA: OMG! My god! Mother of God ơi!

OPERATOR: OMG, shut up! Please, please, shut up!

PITAYA: Why not, Mr. Operator?

OPERATOR: Hey, who is Mister Operator here?

PITAYA: You are! What will it take for you to hologram an octopus? How much will it cost?

OPERATOR: *Laughing loudly* Hologram eight tons, is it? Hmm, let Mister see . . . Please be happy to wait a minute . . . *Cue elevator music.*

PITAYA: No. No. No! *Pitaya takes out her micro-megaphone in the shape of a small turtle, which is tucked behind her blouse, and blows into it.*

OPERATOR: Hello? Oh! *Stop elevator music.* Thank you for your patience. That will be 9,000,000,000,000 USD or 5.65 BTC. Will that be cash or cryptocurrency?

PITAYA: Why is it so expensive? How about four hot steamed rice cakes?

OPERATOR: I would rather have one large fish skillet of pigskin cake.

PITAYA: I will tell my contact in Đà Lạt to make you one. You will need to retrieve it from her bakery yourself.

OPERATOR: I don't think so! That's too far, too far!

PITAYA: Only one second with your technology.

OPERATOR: You are so difficult, but you can't push me around, lady. I work twenty-two hours a day! I don't have only one second extra to run here and there.

Pitaya gazes down at Old Lady Sea Witch. She has fainted already from water deprivation. Her massive form deflated like a large steamed rice cake.

PITAYA: Oh my God! My God!

OPERATOR: Who has extra seconds just laying around? Not me, that's who! Are you listening to me? Lady? Not me!

PITAYA: Old Lady Octopus has already fainted! Zap her out to the pool now!

OPERATOR: OK, OK, wait a minute please.

Pitaya blinks, and Ursula is gone.

PITAYA: Thank you, Mr. Operator. Thank you! You are not useless after all.

The telephone disintegrates into sharp dusty particles, which settle in her palm like MSG. And, it seems like it does have MSG in it because her heart is pounding as if it has been absorbed into her hand without consent. Her heart accelerates so wildly that she nearly forgets everything that has led her to this moment, but all of a sudden, she remembers, "Ursula!" She runs very fast to the elevator so it can take her to the infinity pool on the rooftop of the hotel. When the door of the elevator finally slides open, the open sky dazzles and Pitaya's eyes begin to water. There, in the middle of the infinity pool—Ursula's frantic state between life and death—struggling and flopping manically like eight entangled rubber chainmail.

Ursula, not quite dead but not quite alive either, laughs out loud and says in a surprisingly tender voice, "Why cry, em ơi?" In such a state of unexpected distress, Pitaya can't tell who is more crazy—Ursula or her? Pitaya has always been proud of her total self-awareness, and she feels confused that an octopus has clearly impacted her thinking brain this way.

"I am not a crybaby, madam," Pitaya begins to explain. Specifically and generally, Pitaya knows that she is in no way a crybaby.

"Come here, baby," Ursula tenderly whispers, "Let me wipe your tears with my rubber skirt."

Pitaya stands still in one place, not moving, for what seems like many hours of psychological time, although in actual time, she is stationary for only eight seconds. Obviously, Ursula's life is saved, but Pitaya always thinks about her lover being trapped in the circle of time. From one century to the next. Pitaya thinks back and she wonders if the burning smell emanating from her lover's armpit still remains as dulcet as before. Inspired by the helplessness of love, Pitaya walks briskly towards the infinity pool.

Of course, there is no direct way to reach Ursula, unless Pitaya jumps into the pool herself.

"Madame ơi! Please help me," Pitaya calls out to the un-bubblicious octopus in a panicked voice. Pitaya notes the way the modulation of her voice changes when she speaks with Ursula, as if she is a little girl once again, not a world famous philosopher who has influenced not only science fiction but also philosophy in over eight centuries. Taking a step back (metaphorically speaking) to observe herself from a panoramic view, she can't help but notice how her urgent need has infantilized her existence. After all, she is a famous science fiction philosopher, not a toddler crawling out of a Barney's Purple Dinosaur Costume just to yelp in her post-neonatal drools.

Pitaya isn't a strong swimmer, but she jumps right in with a fervor of enthusiasm. Flapping her arms in the style of flapjack octopus, she tries to stay afloat. Sea Witch Ursula is not far from her, and Pitaya is sure that her style of swimming isn't attractive from that close range. Instead of rescuing her, would the witch be teaching her how to swim, she wonders. "Help me!" Pitaya calls out.

"Your ability to swim is too ugly for me to rescue you. I want one female Michael Phelps or one male Li Bingjie," she screeches.

Pitaya spits water from her mouth and nose, and feeling like a silly girl, she pushes her feet down to the pool's floor and stands straight up. The empiricality of her legs and the ability to touch the pool's floor with them erase her false sense of death. All the desire that had felt so fulfilling just moments before suddenly dissipates, and Pitaya feels bored.

To heighten the depth of Pitaya's sorrow and hebetude, the witch undulates over to her and declares, "I don't believe in reciprocity. You help me; I help you. It's a social and ethical law I don't subscribe to."

"What a pity," says Pitaya, "you and me could've been such a hot subscription."

Ursula's declared stipulation poses a significant challenge as she is faced with the task of persuading Ursula to alter her codes of conduct. Pitaya knows she must contemplate deeply, and who better to rise up to this challenge than a science-fiction philosopher like her?

"Witch ơi," Pitaya asks, "Have you fallen in love with someone before?"

Ursula grins and asks, "Does my little girl know what happens when you divide any number by the number zero?"

"Yes, old lady ơi. I know I know. Is it when Gloria Estefan was involved in a tragic car accident when a semi-truck nosedived into her tour bus in 1990? There is one zero in year 1990."

"That's right! That's right! You want reciprocity, but there is only ever one direction in life: going without returning—and without profit," the old witch says.

"If love is divided by zero as in nothing. If love is divided by the absence of reciprocity—does that synonymously equate to a lonely life of infinity? But I asked you about falling. About the nature of gravity and not infinity," she emphasizes.

Ursula sighs and says, "You understand wrongly everything about infinity: loneliness does not exist in infinity, it only thrives in your pitiful human lives."

Pitaya contends, "In your world of nonexistent reciprocity: wrong is not wrong. Wrong is fertilizer or Sai Pallavi or something else."

Ursula laughs in eruptive chaos for many long minutes until she starts to choke.

"If reciprocity isn't possible, how about a transaction? Can I pay you or provide a service of some kind for helping me find my lover?"

Ursula immediately changes face and says, "This old witch loves a negotiation, but I fear the price is too high for you, em ơi."

It's deceptive—her cephalopodic skill in concealing her self-image—by shyly wanding her tentacles across her eyeballs. Ursula has consistently faced challenges related to her non-slender, non-Naomi Campbell or non-Cara Delevingne physique. Despite her refusal to endorse weight-loss tactics from social media platforms, she often finds herself succumbingly succumbing to their pitfalls.

At first, Pitaya thinks the old witch wants a simple exchange, like sex, but then she realizes she wants a more literal physical exchange, like to trade their bodies: one for one.

They mutually sign a contract: Ursula with her cephalopodic melanin ink squirting from her two glands and Pitaya John Hancocking it with an electromagnetic pen she stole from Ali Raz.

Before the ink is even dry, Pitaya feels her individual cells multiply exponentially, and when brings her hand down to touch her body, her fingers slide into lard.

With eight arms and a soft, soft elongated body, Pitaya feels like she is on top of the world. And then she sees Ursula, wearing her old body tightly. She is surprised that rather than feeling yearning for her, all her blubber feels nauseous.

Vomitable with her corpulent, fat flesh filled with mucus and sensory cells and collagen fibers, she is a borderless tub of Hydrous Disgraced Soufflé or Cendol. Cendol is a liquid Southeast Asian dessert made from wormlike pandan jellies, stirred with palm sugar syrup, and engulfed with sweetened coconut milk.

"What's wrong sweetie? Are you not OK?" Ursula asks sweetly—with Ariel's voice escaping from Pitaya's old mouth and tongue.

Expecting to acquire Ariel's voice in the body exchange, she is shocked to hear herself speak, "You stingy witch. That is not a fair exchange. Why did you keep Ariel's sweet voice?"

"What's mine is mine. I won this voice fair and square, that's why! What? Is sweetie worried that your old lover won't desire a fat girl? Haven't you heard how virtue beats beauty to death?"

She blames herself—why would she expect a wicked person to be fair? This is her own fault, she justifies. Pitaya turns to Witch Ursula and frowns and says straight to her face, "Seafood is my lover's lover. In fact, the octopus is her favorite sea creature. The more fat, the more salt, the more sea, the more sumptuous it is for her."

"I do what I say," says Ursula, and she winks once. "Have a good trip!" She waves goodbye like a cheerleader.
At Ursula's command, she shakes her large, plump, obese body back and forth and disappears into the ether. Many mirrors fold and unfold, and her cephalopodic body folds too.

She zaps to and enters the black hole of the 24th century. Inside a black hole, light turns in a perpetual rainbow. The black hole is a moon-shaped comet of thorny cake: thick, leafy, thorny, and viscid. Oh no, Pitaya thinks, all the things her lover used to avoid like the plague.

She notices her lover, a flower fauna amongst the reeds, enjoying the mucilaginous blanket of the 24th century as she rides a dragon the color of timelessness in and out of different mirror fabrics while eating fried bánh tét. All in all, it seems like her lover doesn't need to be rescued.

Biographical Notes

Vi Khi Nào is the author of many books and is known for her work spanning poetry, fiction, theatre, film, and interdisciplinary collaborations, most recently *The Italy Letters* (Melville House) and *The Six Tones of Water*, coauthored with Sun Yung Shin (Ricochet). Recognized as a former Black Mountain Institute fellow, Vi Khi Nào received the Jim Duggins Outstanding Mid-Career Novelist Prize in 2022. She lives in Iowa City, Iowa. https://www.vikhinao.com

Lily Hoàng is the author of nine books, including *Underneath* (winner of the Red Hen Press Fiction Award), *A Bestiary* (PEN/USA Nonfiction Award finalist), and *Changing* (recipient of a PEN/Open Books Award). She is a professor of literature at UC San Diego, where she teaches in their MFA in Literary Arts. She lives in San Diego, California.

www.ingramcontent.com/pod-product-compliance
Lightning Source LLC
Chambersburg PA
CBHW020545020726
47494CB00006B/1928